लघु कथा

मीना दिलीप भांड

अनुक्रमणिका

अनुक्रमणिका

1

सोडे

बायकांना रोज छळणारा प्रश्न, आज भाजी काय करायची. तसा मला
रात्री पासूनच छळत होता. सकाळी वांगी झाली, काल भोपळा झाला.
आणि त्याचं भाज्या घेऊन भाजी वाली आली होती. फ्रीज दोन वेळा
तपासून झाला भिजवण्याचं काही सापडलं नव्हतं बरं जाऊन आणायला
घरात कोणी नव्हतं. शेव भाजी करू म्हणून खाऊचे डबे तपासले काहीच
मिळालं नाही वैताग आला नुसता. चीड चीड वाढू लागली आणि एक
कागदाची पुडी प्लास्टिक मध्ये गुंडाळलेली पायावर पडली. यात असे मी
काय ठेवलंय हा प्रश्न मला पडला कारण, मी असं कधी काही कागदात
बांधून ठेवत नसे मग हे आणि काय आहे म्हणून ती पुडी उचलली. माशा
सारखा उग्र वास नाकात घुसला आणि चेहऱ्यावर हास्य पसरले डोळे
चमकले माझ्या हातात आले ते सोडे. प्रथम वहिनी ची आठवण झाली
नको नको म्हणता तिने ते पिशवीत मसाल्या सोबत टाकलेले आठवले.
मग काय ठरला बेत बाजरीची भाकरी, भात आणि सोडे. साडेतीन वाजत
आलेले ताट वाढून घेतले पहिला घास खाताच "वाह अप्रतिम" शब्द
बाहेर पडले मनातून वहिनी चे आभार मानले. तिच्यामुळे मी आज हा
बेत करू शकले आणि चवीचं काही खाऊ शकले यापूर्वी सोडे मी कधीच
खाल्ले नव्हते. सोड्याची भाजी इतकी भन्नाट लागते मला माहीत
नव्हते आणि मी स्वतःला बावळटाच्या यादीत टाकले. वहिनीला फोन
लावला छान गप्पा मारल्या पोट भरले होते पण मन भरले नव्हते ना

गप्पानी ना सोड्याच्या भाजी नी.

2

आपले मित्र

यांच्या मित्रा कडे वास्तुशांती साठी गेलो होतो. आग्रह म्हणून थोडं फार अधिक मसालेदार जेवण खावे लागले. मी नेहमी स्वतःला जपण्यासाठी साधं जेवण जेवत असे. इथे मात्र माझी डाळ शिजली नाही. त्यांना बरं वाटावं म्हणून सर्वांच्या सोबत दोन घास अधिकचे खाल्ले. बस घरी आल्यावर त्याचे परिणाम दिसू लागले. घशात जळजळ सुरू झाली, पोटात मळमळ होऊ लागली, कुठून कुठून आवाज येऊ लागले. हे माझ्याकडे पाहून हसू लागले तसा माझा पारा चढला. स्वतःलाही लाज वाटू लागली. इनो शोधला तो नव्हताच परत यांना ओरडले. झोप काही लागली नाही. म्हणून फ्रीजमध्ये आले लिंबू शोधू लागले ते नव्हते. मार्केटला चार दिवस जाणे झाले नव्हते. घरात साधं लिंबू असू नये? परत यांच्या अंगावर खेकसले. यांनी डोक्यावर चादर ओढून घेतली. मग काय विषय संपला. बरीच रात्र झाली होती परत झोपण्याचा प्रयत्न करु लागले. पडल्या पडल्या छतावर पाहिलं पाल फिरत होती. कोपऱ्यात कोळी लटकलेला दिसला. लक्षात आले कित्येक महिन्यात की वर्षात आपण घर स्वच्छ केले नाही, आज करू उद्या करू म्हणत वर्ष झालं वाटतं. पायाला सुई टोचली असं वाटलं म्हणून झटकन पाया जवळ पाहिलं. एक ढेकूण मला चावून पळत होता. चाणक्य नीती ने चिमटीत पकडून पाण्यात त्याला सोडले. कानात मच्छर गुणगुणत होता म्हणून इलेक्ट्रिक बॅट घ्यायला उठले तर पायाखाली काहीतरी पळाले. पळणाऱ्या

झुरळला स्प्रे मारण्यासाठी त्याच्या मागे रेसरच्या शिताफीने पळाले. तर तो मला वाकुल्या दाखवून कपाटाच्या सांधित गुड्डूप झाला. मी त्याला शोधत होते. पायाला असंख्य सुया टोचल्यासारखे वाटले. खाली पाहिले तर लाल मुंग्या त्यांच्या मार्गात मी आडवी आली म्हणून मला चावे घेऊन धडा शिकवत होते. कपाटे लावली नव्हती गोळ्या टाकल्या नव्हत्या त्या मुंग्यांपासून तांडव करीत बाजूला बसून पाय झटकू व खाजवू लागली. तांडव करताना शंकर आठवला त्यानेही मुंग्याचा चावा सहन केला नसता. त्रिनेत्र उघडले असते तर परत मच्छर कानात गुणगुणायला लागला. आता हद्द झाली.

अशी बॅट चालवली की, मच्छर जाळ्यात सापडलाच. बॅडमिंटन खेळले असते तर गोल्ड नाही तर कांस्य तर नक्कीच मिळाले असते. सकाळी ऑफिस आहे आठवून परत झोपण्याचा प्रयत्न केला. तर जोराने टिटवी ओरडत गेली. तिने खो! दिल्या सारखा कावळा अवेळी काव काव करू लागला. त्याच्या साथीला कुत्रा रडू लागला. कोणाच्या मयते ची तयारी करीत होते कोण जाणे. तेवढ्यात मांजरे आपसात गळा काढून भांडू लागली. काय करावे या प्राण्यांना म्हणत खिडकीतून पाणी फेकून त्यांना हुसकून लावले. चरफडत पुन्हा यांना दूषणे दिली. आडवी पडते न पडते तोच, खिडकीत चिव ताईची जागे साठी भांडणे सुरू झाली. कोकिळेलाही कंठ फुटला, तिने जागे झाल्याची सूचना दिली. आता कावळा कसा गप्प बसेल. त्यांचा आवाज दाबून टाकण्या साठी तो कर्कश आवाजात हाका मारू लागला. "झाली झोप" असं साळुंक्या म्हणाल्या. मध्येच पोपटाची जोडी चिरपू लागली त्यांचे बगून कबुतरं गुटर गु करत प्रेम दाखवू लागली. सगळ्यांची सकाळ ची सभा सुरू झाली.

रस्त्यावर गाड्या धावू लागल्या. हॉर्न वाजू लागले. दूध, पेपर दारात पडले, त्यांची दारावर टक टक सुरू झाली. देवाला पाहून हातच जोडले. नळ आला होता, पाणी भरले. थोड्या नाराजीनेच सर्व आवरून ऑफिस ला पोहोचले. टेबलावर हुश्श करते तोच समोरच्या फाईल कडे लक्ष गेले. काल ती उद्या पूर्ण करू म्हणत अर्धवट ठेवली होती. आज शनिवार होता. आठवड्याचा शेवटचा दिवस, कामाची डेडलाईन म्हणून घाई घाई कामाला लागले. रात्री च्या जगरणाने व कामाच्या तानाने डोळे आणि

मेंदू थकले. कधी डोळे जड होऊन टेबलवर डोके टेकले कळलंच नाही. साहेबानी कपाळावर आट्या पाडत आमच्या पिऊन रघु ला मला बोलावल्याचा निरोप दिला. ते पाहून मिसेस पंड्या आणि मिसेस संगीता आपसात कूजबुजु लागल्या, नेहमीच गुड बुकस मध्ये राहणाऱ्या मिसेस कदम ला शेवटी साहेबानी बोलवलंच आता घ्या मेमो, बरी खोड मोडली.

साहेबानी थोडं समजावून सोडून दिलं. ऑफिस वरून येताना भाजी आणि सफाई चे सामान आणता आणता उशीर झाला. दरवाजा उघडते तर घरात घाण वास येत होता. यांचं सिंक पाशी काहीतरी चालले होते. रात्री उंदराने काम करून पाईप कुरतडला होता त्यातून सर्व खरकटं आणि पाणी खाली सांडत होते.

डोक्याला अपोपअपच हात मारला गेला. सकाळच्या गडबडीत मी नीट पहिलेच नव्हते, उद्या च्या सुट्टी ची वाट लागली.

3

माझी डिंपी

सुनेला मदत व्हावी म्हणून तिच्या प्रेगनंसी मध्ये मदत करावी, वेगळे वेगळे काही खाणे खावे असल्यास करून घ्यावे, काही महिन्या साठी आम्ही घर बंद करून मुलाकडे शिफ्ट झालो न झालो कोरोना मुळे लॉक डाउन सुरू झाले. एक दोन आठवडे म्हणता त्याचा मुक्काम महिन्या वर गेला. सोसायटी ने काम करणाऱ्या बायकांवर बंदी घातली. सगळी कामे घरीच करावी लागत, त्याच सुनेचे दिवस गेल्या पासून स्वतःचे काम बंद केले होते. डोहाळे जेवण असे काही करता आले नाही. घरी जेवढं करता येईल तितकं करून तिचे फोटो काढले करण हे दिवस परत येणार नव्हते. तर आठवणी हवीच. कोरोना मुळे आधीच सर्व बंद होते, बाहेर जायला भीती वाटू लागली. तरी तिचे जे करता येईल तेवढे आम्ही करत होतो, दवाखाना औषधं आराम सगळं ठीक होते. सिसर ची तारिक घेतली. हॉस्पिटल ने कोरोना टेस्ट करण्यात सांगितली. निगेटिव्ह रिपोर्ट पाहून सिसर साठी ऍडमिट करून घेतले. त्यात मुलाला ताप आला, त्याने स्वतःचे टेस्ट करून घेतली, त्याला कोरोना झाला होता. त्याने घरातच स्वतःला कोरणताईन करून घेतले. आमच्या ही टेस्ट झाल्या, आम्हाला ही कोरोना झाला. सुने च्या बाळंत पणा साठी तिची काकू आणि वहिनी ची बहीण मदती साठी आली होती. आमच्या कोरोना च्या रिपोर्ट मुळे त्यांची ही टेस्ट केली, त्यांचा रिपोर्ट निगेटिव्ह आला. म्हणून त्यांना लागलीस गावाकडे परत पाठवले कारण आमच्या

मुळे इतर कोणालाच त्रास नको. सकाळी दहा वाजता सुनेला सिसर ला घेतले, साडे दहा ला आम्हाला आमची नात झाल्याचा शुभ फोन आला. त्या दिवशी पिठोरी अमावस्या होती, साक्षात पिठोरी देवी, संतान देवीच आली असे आम्हाला वाटले. डॉक्टर ने तिला श्वसनाचा त्रास होतो आहे असे सांगितले म्हणून मुलाने तो पोसिटीव्ह आहे आणि कोरंताईन असल्याचे सांगितले. हॉस्पिटल मध्ये गोंधळ उडाला. अर्ध्या तासात सुने ची चाचणी केली, तिचा रिपोर्ट तोज. तिला लागलीच आयसोलेट केले, नातीला पण अर्धा तासात वेगळे ठेवले. तिची चाचणी घेतली, तिची ब्लड टेस्ट केली, त्या साठी अर्धा तासा पूर्वी ह्या जगात आलेला माझ्या चिमुरडी ला सुई टोचली. माझा जीव गलबलून आला, आपल्या आईला डोळे उघडून निट पाहिले ही नव्हते, तिला वेगळे ठेवण्यात आले. आम्हला दोघांनाही हॉस्पिटल मध्ये दाखल व्हावे लागले. घरात मुलगा, नात चाईल्ड केर मध्ये, आम्ही वेगळ्या ठिकाणी, तर सुनेला तिथून वेगळ्या दवाखान्यात हलवलेले. नात जी नुकतीच जन्मलेली एकटी त्या दवाखान्यात अनोळखी लोकांमध्ये होती. तिला किती एकटं वाटलं असेल, ती किती रडली असेल, भुकेनं व्याकुळ झाली असेल. आईच्या मायेची उग शोधत असेल. स्तनाचा स्पर्श तिला लाभलाच नाही. आईचा स्पर्श अनुभवायला ती किती धडपडली असेल, कसे सावरले असेल तिने तिला. असे विचार मन सुन्न करीत होते. माझी स्वतःची तब्येत खूप खराब होती. दवाखान्यात दहा दिवस राहून घरी आलो, तो पर्यंत नातीला डिस्चार्ग दिला होता. घरी तिला पाहिला कोणीच नव्हते, मुलीच्या नंदेला तिला घरी घेऊन जायला सांगितले. आता पर्यंत आम्ही तिला फोन च्या विडिओ तच पाहत होतो. सुनेला परत दुसरीकडे नातीला घेऊन राहवे लागले. तिचे खान्या पिण्याचे हाल होतच होते, घरी मुलगा आणि त्याचे जेवणाचे हाल होत होते. मी अजून दवाखाण्यातच होते. 15 दिवसांची माझी नात दोन अडीच तासाचा प्रवास करून गावाकडे पोहोचली, एवढासा जीव काय काय सहन करीत होता, 15 दिवस ती बाहेरच्या दुधावर जगत होती. दवाखान्यातील आठवढाभर तिने एकटीने नातीला सांभाळ ले होते, अशी धीराची माझी छकुली दोन हाताच्या मुठी करून छातीवर धरून रडायची. त्या वेळी इतकी केविलवाणी वाटायची की जीव

खाली वर व्हायचा, तिने स्वतः ला एकटं अस्ताने स्वतः ला धीर देण्या साठी ही तिची कृती असावी असे मला वाटायचे. वीस दिवसांनी ती माझ्या हातात होती, मला स्वर्ग दोनच बोट उरला होता. त्या वेळी मनात एकच निश्चय केला की अजिबात रडू देईचे नाही. तिच्या आवाजाने माझी सकाळ होते, तिच्या चिवचिववाटाने दिवस भर माझा वेळ मजेत जातो, आम्ही सगळे तिची काळजी घेतो. तिच्या ओढीने आम्ही भयंकर आजारावर मात करून घर गाठले होते. आमच्या लाडक्या परी मूळे सर्व ठीक झाले, मी तिला लाडाने डिंपी म्हणते, अशी माझी डिंपी.

4

कान्हा

सकाळी घड्याळाचा नाही तर कान्हा चा अलार्म वाजला. त्याच्या आवाजाने नीता घाबरत उठली. कान्हू नेहमी हसत हसत उठतो, आज का असा? ती धावत किथचें मध्ये गेली. त्याला भूक लागली असेल म्हणून दूध पहिले. ते कुठेच नव्हते. फ्रिज दोन वेळा खाली वर पाहून झाला. आई बाबा धावत आले. आईचा पट्टा सुरु झाला. "मूल इतका रडते ते पाहावत कस या आज काळ च्या मुलींना. ती हिरकणी बाळा साठी गड उतरून आली." नीता ने त्यांच्या बोलण्याकडे लक्ष न देता बाबांना विचारले. “बाबा आज दूध आणले का नाही?”

नेहमी चालायला गेल्यावर बाबा दूध, पेपर आणायचे. त्यांनी आज जॉगिंग करून येताना विनीत ला आणायला सांगितले होते. कान्हू रडतंच होता. नीताचं डोकं चालतच नव्हतं तरी विनय बेडवरच होता. नीता ने जरा आवाज चडवतच त्याला हाक मारली, मुलगा रडतोय तरी ह्यांना झोप कशी लागते. हे ऐकताच आई चा पट्टा बंद झाला.

विनय तसाच बाहेर आला. चपला सरकवून खाली उतरला. दरवाजा उघडून लिफ्ट येई पर्यंत थांबला नाही. कान्हू चा आवाज येईनासा झाला. नीताला वाटले विनय सोबत घेऊन त्याला गेलाय.

तिने चहा चे आदण ठेवले. बाजूला नाष्ट्या ची तयारी करीत डोक्यात दुपारच्या भाजी चा विचार चालू होता. आईंचा आवाज जरा वेगळाच वाटला. तिने कान देऊन ऐकण्याचा प्रयत्न केला. त्या कोणाशी तरी

भांडत आहेत असं वाटलं. लागलीच गॅस बारीक करून ती बाहेर आली.

समोरचे दृश्य पाहून ती हसू की काकू बरोबर भांडू असा तिला प्रश्न पडला? शेजारच्या नेने काकू आईला चोर म्हणत होत्या. "अहो नेने एवढ्याश्या दूध साठी चोर बीर काय म्हणता? आमच्या गावी पंधरा गाई आणि वीस म्हशी आहेत जरा तोंड सांभाळून बोला. जरा परिस्थिती बघून बोलावे माणसाने; का तोंड दिलंय म्हणून काही पण बोलावं का ? "

नेने काकूंचा पारा चढला होता कारण त्यांची एक दुधाची पिशवी नेहमी चोरी व्हायची. नेमका आज चोर त्यांच्या समोर सापडला. म्हणून त्या चिडल्या होत्या. विनय दूध आणायला बाहेर जाताना दरवाजा उघडाच ठेऊन गेला होता. कान्हू त्याच्या मागो माग रांगत बाहेर कधी आला ते कोणालाच माहित नव्हते. त्याला काकू च्या दुधाच्या पिशव्या दिसल्या. आपल्या आलेल्या दोन दाताने त्यातली एक पिशवी त्याने फोडली आणि सांडलेल्या दुधात तो खेळात होता. तेच दूध चाटत हि होता. त्याच्या या बाळ लीला मुले काय गोंधळ झाला आहे हे त्याला थोडीच कळणार. त्याला दूध हवे होते बस्स. विनय आणि विनीत एकाच वेळेस लिफ्ट मधून बाहेर पडले. त्यांनाही कान्हू सांडलेल्या दुधात खेळताना दिसला. आई म्हणाली कळले का "मी ह्याला कान्हा का म्हणते" हसत हसत विनीत म्हणाला उद्या गोपिका आणल्या नाहीत म्हणजे मिळवलं. विनय म्हणाला नको रे बाबा कान्हा, आपण ह्याचं नाव रामा वरूनच ठेऊ. आधीच इथे एक गोपी सांभाळताना पुरे वाट लागलीय.

5

मी का ती

सोडायला कोणी नसल्या मुळे मला बस ने प्रवास करून रिहर्सल हॉल गाठायचा होता म्हणून घरातील अर्धी कामे आल्यावर करिन असं म्हणत लवकरच घरातून आलेले. रिहर्सल संपली घरी जाऊन कामे आटपावीत म्हणून बस स्टॉप वर निघाले. तर नुकतीच मैत्री झालेली माझी नवीन मैत्रीण समोर आली. तिने माझं नाव नामकरण करून मीनल ठेवले होते. मीही तिला काही म्हणाले नाही.

एक महिन्या पूर्वीच ती विधवा झाली होती. तिच्या मुलीने मन रमेल म्हणून वाई वरून तिला पुण्यात आणले होते. तशी ती माझ्या पेक्षा चार पाच वर्षांनी मोठी होती. तिला अभिनयाची आवड होती असं ती म्हणायची. तिच्या मुलीला आज उशीर होणार आहे तर तू जरा माझ्या सोबत थांबशील का असा प्रश्न मला विचारला. मला आज फारच एकटं वाटत आहे. मी म्हटलं मनात आताच तिने तिचा नवरा गमावला आहे तर करूया तिला थोडीशी सोबत. उदास आहे बिचारी, नुकताच दुःखाचा डोंगर कोसळला होता. ३५ वर्षांचा सहवास एक्दम हिरावला आहे. तेव्हा तिला सगळं आठवत असावं. आयुष्य विस्कळीत झालं असेल. आपण जर आपला वेळ खर्ची घालून तिला आनंद देऊ शकलो थोडं तिला बरं वाटू शकलं तर तेवढंच तिचं दुःख कमी करता येईल.

ती मला म्हणाली वैशालीतील डोसा खायचा आहे म्हणून आम्ही बस ने वैशालीत आलो. मी पहिल्यांदाच वैशालीत आले होते. बाहेर भली मोठी

वेटिंग होती. आता साडेसात वाजले होते. तिने २ व्यक्ती साठीचे टेबल सांगितले. अर्धा पाऊण तासाने टेबल मिळाले. मेनू वाचताना माझ्या कपाळ वर जरा आट्या पडल्या. पदार्थांचे रेट मला जास्तच वाटले. सकाळी गडबडीत एक शंभराची नोट व्यतरिक माझ्या जवळ कॅश नव्हते आणि बस साठी चे सुट्टे होते. कार्ड चालेल न चालेल माझ्या डोक्यात विचार चालू होते. तेवढ्यात नंदा चा आवाज आला. ती मला काय खाणार असं विचारत होती, खरं तर मगाशी भूक लागल्या सारखी वाटलेली पण आताची परिस्थिती पाहता माझी भूकच मेली. कदाचित हिला भूक लागली असणार. मी तिला तुला जे हवे ते तू मागावं, मी मात्र कॉफी घेणार. तरीही माझ्या डोक्यात विचार चालू होते. १०० रुपयात इथे कॉफी तरी येईल ना नाहीतर तिच्या समोर पंचनामा नको.

मनावर आलेल्या ताणाला मी इकडे तिकडे पाहत घालवायचा प्रयत्न करीत होते. तरी विचार चक्रे फिरतच होती. खाणे आले, ती खाण्यात गुंतली मला काहीच बोलली नाही. मी म्हटलं जाऊदे खाउदेत तिला.

कॉफी पिण्यात माझे लक्ष लागेना, माझं लक्ष फक्त बिलावर लागलेलं. मनात चरफड होऊ लागली. मनातून मी म्हणत होते, ह्या बाईचा नवरा वारला म्हणून मी आपली हिला सावरण्याचा प्रयत्न करते. हिची उदासी कशी घालवावी ह्याचा विचार करीत, आपण आपल्या घरची करण्याची कामे बाजूला ठेऊन हिला वेळ देतोय, किशात पैसे नसल्याची खंत करतोय. मानाने उदास झालेलो आहोत. सकाळी आपण किती छान मूड मध्ये आलो होतो. आणि आता काय वाट लागली आहे आपली. मनातले विचार चेहऱ्यावर येतील असे मला वाटू लागले. मी तिच्याकडे पाहत होते, माझी कॉफी थंड झाली होती पण तिचा आपलं चालूच होतं. चेहऱ्या वर कसलेही दुःख नव्हते. कोणतीही खंत नव्हती. उलट पक्षी तिच्या पेक्षा मीच दुखी उदास झाले होते.

खानं संपताच मला म्हणाली अगं तुझी कॉफी थंड झाली. थंड कॉफी प्यायची सवय आहे का तुला. मी ती थंड कॉफी गपचूप प्यायले. बिल आले. नशीब मला द्यावे लागले नाही. तिनेच ते बळे बळे दिले आणि वर म्हणाली चल जरा थोडा वेळ बस स्टॉप वर जाऊ. मला बस मिळे पर्यंत तू थांब. २ बस तिने सोडून दिल्या आणि तरीही ती मला बस मिळे

पर्यंत थांब असं म्हणत होती. तिच्या तिनेच घेतलेल्या निर्णय मुळे मी तिच्याकडे चमकूनच पाहिले. मला घरी पोहोचायला बस ने दीड दोन तास लागणार होते आणि आता जवळ जवळ दहा वाजत आलेले. माझ्या समोर बाथरूम मधले कपडे, सिंक मधली भांडी आणि स्वतःसाठी चा करावा लागणारा स्वयंपाक दिसत होता. इतकी धावपळ करून घरी जाऊन काम करायचे. मी हि काही विशीतली तरुणी नव्हते. परत माझी चीड चीड झाली. माझी मदत माझ्याच अंगलट येऊ पाहत होती.

समोरून तिची बस आली. मी तिला म्हणाले घरी पोहोचल्यावर फोन कर. मी जागीच असेल. आता मात्र माझा सय्यम सुटू पाहत होता. मी माझ्यावरच चिडले. हि बाई कोण कुठली जेम तेम ४-८ दिवसांची ओळख. हिला घरी जाऊन फोन करायला आधी माझी बस तर यायला पाहिजे. हि काय जाईल १५ मिनटात घरी. एव्हाना ११ वाजले. म्हणजे आता शेवटची बस मिळणार. तीही कॅन्सल झाली तर काय? आता माझी चीड चिडीची जागा भीतीने घेतली. त्या ५-१० मिनिटात काय काय विचार मनात आले काय सांगू. मला तिचा राग आला. नवरा मेला म्हटल्यावर गप्प जरा घरी राहावे तर आली मला छळायला. नातेवाईक नावे ठेवत होती. काही बाही बोलत होते तर जरा सहा महिने तरी दुःखवटा पाळायला काय झालं. कशाला करायच नाटकात काम. उगाच लोकांना बोलायला तोंड द्यायचं. निदान देखलं देखलं तरी दुःख पाळावे ना; मना पासून नाही पाळता येत तर, आता मी काही जुन्या विचारांची नाही, तिने कसं राहायचे, किती दुःख पाळायचे हा सर्वस्वी तिचाच प्रश्न होता.

पण आज मला त्रास झाला ना. म्हणून मी असं म्हणू लागले. शेवटी विचार केला खरंतर तिने मला वेळ दिला का मी तिला दिला. ती उदास दुखी होती; की मी उदास आहे. माझ्याच मना सारखे काहीच घडले नाही आज. ती तर खाऊन पिऊन घरी गेलेली. आणि मी इथे बसली आहे, घाबरत, चरफडत तिला दोष देत.

तिचंच म्हणणं बरोबर वाटू लागले, "अगं घरात बसून कोणी जेवायला देणार आहे का? नावं मात्र कधी ही ठेवतील. एक महिने किंवा एक वर्षाने आपण कशाला जगणं सोडायच, जाणारा जातोच. आपण

अजून जिवंत आहोत. कधी जाऊ काय माहित? मग आहे त्यात सुखी समाधानी कसं राहायचं, शिकायला नको." मी मूर्ख बाई तिला कंपनी देत होते. उलट तीन तासाच्या सहवासात मला तिने जीवनमूल्य समजावून दिली.

6

बोहारणी

आमच्या भागात एका बोहारणीला मी बरीच वर्षे येता जाता पहात होते. जुने नेटके कपडे घेऊन पैसे किंवा भांडी ती द्यायची. मी पण तिच्या कडून भांडी घ्यायची. येता जाता आमची चांगली ओळख झाली. ती मला आवाज देऊन पुढे जायची. दोन सुख दुःखाच्या गोष्टी माझ्या सोबत बोलायची. काखेत कपड्याचं गाठोडं हाताला एक मुलगा डोक्यावर भांड्याची टोपली आणि त्यावरही छोटं गाठोडं. असे एकदा दुपारी आली. दारावर वाजवत म्हणाली माई जरा शिळा भाकर तुकडा असेल तर या पोरस द्या. सकाळ पासून उपाशी हाय. लगेच मी तिला पाणी आणि त्या मुलासाठी साखर पोळी वर टाकून हातात दिली. अजून हवी असेल तर मागून घे. काशीबाई च्या डोळ्यात पाणी आले.

माझे पायच धरत म्हणाली, "लई उपकार झाले माय तुमचे. आम्हाला लोकं दारात पण बसवून देत नाहीत. लई विचित्र वागतात. जुने कपडे पण दहावेळेला इचार करून देतात. आन मोठालं भांड्यासाठी हुज्जत घालतात. वर आजूक संशयानं बघतात. तुम्ही लय चांगल्या मनाच्या हाय बघा. सकाळ पासनं पोर उपाशी व्हतं. घरात चूलच पेटली न्हाई. कालच्याला नवरा दारू पिऊन पडला. रात्री तेला दवाखान्यात भरती केला. व्हतं तेवढं पैक रिक्षाला गेलं आन दवा पण उधारीवर आणला. म्हून आज यायला पण उशीर झाला. आजूक एक पण भोवनी झाली नाय. आज भी रिकामी पोट राहावं लागतंय वाटत. भांडीवाल्या

शेटने चांगलं कापडं आणल्यास थोडं पैक द्याचं कबूल केलाय. बघू आता आजूक थोडा येळ फिरते." घोटभर पाणी पिऊन ती तशीच उपाशी निघाली.

असे बरेच महिने वर्षे गेली. ती येता जाता हाक मारायची. माझी मूल मोठी झाली. शिक्षणं झाली. मुलीचं लग्न देखील झालं. मी तिला विसरले होते.

अचानक एक तरुण बोहारणी कडेवर मूल डोक्यावर टोपली नी काखेत गाठोडे जाताना दिसली. तिने एक वार दाराकडे पहिले आणि पुढे गेली. उन्ह तापलं होतं. तेवढ्यात दारात ती मला हाक मारताना दिसली.

मी पण थकले होते. थोडं नाराजीने बाहेर आले. "अगं काय, इतक्या उन्हाची का फिरतेस. सकाळचं फिरावे. उन्ह कमी लागत. माझी नाराजी लपवत तिची पाटी खाली उतरवण्यास हात लावत मी म्हणाले. आणि काय कि रोज जाताना दाराकडे बघत असतेस ती ?" "आयो तसं न्हाई मावशी. माझ्या सासूनं मला तुमची वळख दिली आन ह्यो रस्ता आणि ह्यो धंदा पण दावला. तवा मी जाताना इथं बघत जाते. तुमचे कापडं पण द्यायचे असल्यास द्यायल म्हून." "कोण ग बाई तुझी सासू ?" मी जरा विचारात पडले.

"आयोSSS काशीबाई ला इसरला काय मावशी." माझ्या डोक्यात काशी ची आठवणं जागी झाली. "बरं तीच काय मग तू कोण तिची? " "मी त्यांचीच सून हाय. आत्याबाईनीच तुमची वळख सांगितली. आत्याबाई लय आठवण काडत्यात तुमची. इतकं महिने आम्ही गावाकडे होतो. पण, गावाकडे काय बी काम धड गावना म्हून आली परत. मी या बाजूला येते भांडी घेईऊन आन त्या घर जवळच्या सोसायटीत जातात. आता तितकं काम जमना." "छान, पहिल्या पिढी कडून दुसऱ्या पिढीला दिला का वसा. बरं, हक्कानं कधीही ये आणि हाक मार. नाव काय तुझं?" "रमा, बरं येते आता परत आत्याबाई कावतील." टोपली डोक्यावर आणि पोराला कडेवर घेऊन ती निघाली. तिच्या पाठमोऱ्या आकृती कडे पाहत मला तिची दया आली. घरचा सैंपाक करून डबा घेऊन यायचं; दिवस भर उन्हात फिरायचं. लोकांच्या चांगल्या वाईट नजरा आणि बोलणी पचवायची. जमेल तसं कमवायचं आणि आपल्या मुलाला ओठ करायचं.

कोणती नाराजी नाही. काही तक्रार नाही. आलेला दिवस उद्याच्या आशेवर काढायचा. आहे त्यात सुखी समाधानी राहायचं. नाही तर आपलं सारं असूनही कायम कमी कमीपणाची भावना. खरं तर तिनेच जगण्याची कला अवगत केली होती. आणि मला ही शिकवून गेली सुखाची परिभाषा. जगण्याची नवी दिशा.

7

वेडी माया

लता एका देवळाच्या काट्यावर बसवून होती. मुलाच्या अश्या वागण्याने ती दुखावली होती. ह्याच मुलं साठी तिने काय काय नाय केले. तिला तिचे आयुष्य चित्रा प्रमाणे दिसू लागले.

मी घरात मुलाच्या आशेपोटी, नको असलेली सातवी मुलगी. प्रत्येक मुलीच्या लग्नासाठी एक एकर जमीन गेली. परत आता अजून एका एकरा ची माती करावी लागणार; हिला उजवण्यासाठी. उरलेल्या ३ एकराच्या उत्पन्नात कसं भागवावे. त्यात या पोरी माहेर पणाला येणार, बाळंतपणाला येणार. लोक लाजेसाठी सर्व करावे तर लागणारच. वर्ष अखेर हातात काहीच उरत नव्हते म्हणून माय मधल्या वेळेत पत्रावळी, द्रोण आणि विड्या वळायची. त्या साठी लागणारे कटिंग करून देण्याचे काम आबा करीत.

लग्न करून सासरी आले. मोठा गोतावळा. सगळे दुसऱ्याच्या शेतात मजुरी करायचे. सगळ्यांचं सैपाक पाणी करून ती पण शेतात जायची. वर्षात आवळी जावळी मुलं पदरात पडली. शेतात साप चावून सासरा गेला. त्याच्या धक्याने सासू वर्षात गेली. दिराने खापर लता वर फोडले. दीर घर सोडून गेला. तर नवऱ्याने दुसऱ्या बाई वर जीव लावला.

दोन मुलांसाठी ती दुसऱ्यांच्या घरी धुनी भांडी करू लागली. तेवढंच शिळं पाक मिळे, जुने कपडे मिळत आणि चार पैसे हि मिळत. मुलांना पाहून काम करताना मालकांचा ओरडा बसे. अपमान सहन करावे लागे.

तापाच्या निमिताने मुलगी देवा घरी गेली. ते दुःख लताला झेपले नाही. माहेरी जावे तर आईने हन्तरुन धरलेले. आबा खचलेले. त्यांनाच आता गरज होती. त्या साठी पैसे तिला पाठवायचे होते म्हणून गाव नवरा सोडून तिने शहराचा आसरा घेतला. शहर नेहमी सर्वांना पोसत. तसं तिला हि कामाची कमी नव्हती. चांगल्या सोसायटीत चार कामे मिळाली. त्यांच्या मुलांची खेळणी, कपडे राजाला मिळत. त्याला काही कमी पडू द्यायचे नव्हते. आबांना पैसे पाठ्वण्या साठी ती पैसे अंगावर घेऊ लागली. पगार असाच संपे. अडीला नडीला ती पन्नास शंभर रुपय उचलू लागली. शंभराचे हजार झाले. त्या सोसायटी तुन तिला हाकलण्यात आले. छोट्या रक्मे साठी कोणी पोलीस कम्प्लेंट करीत नसे. लता ने दुसरी सोसायटी धरली. अजूनही तिच्या विरोधात पोलीस कंप्लेंट झाली नव्हती. त्या मुळे ती निर्ढावली.

राजा शाळेत मन लावून अभ्यास करू स्कॉलर शिप मिळावी. त्याला त्याच्या आईच्या कष्टाची जाणीव होती. १२वी पास होऊन आय टी आय करून चांगल्या कंपनीत नोकरी ला लागला. तो पर्यंत लता ची मजल दागिण्या पर्यंत पोचली. राजाने आता तू घरी बसून आराम कर म्हणून काम बंद करायला सांगितले. घरात करमत नाही म्हणून काम करते तेवढेच हाता पायांना व्यायाम म्हणत तिने तिचे उद्योग चालूच ठेवले. राजाचं लग्न झालं. सून घरात आली. मुलगी चांगल्या घरातली होती. बालवाडी शिक्षिका होती.

तिला लता चा सौंशय येत होता. बालवाडीतल्या मुलांच्या आयांची कुजबुज तिच्या कानी पडायची. सासू घरात नाही पाहून तिने हळूच त्यांचा कपात उघडलं. त्यात बऱ्याच किमती साड्या, काही दागिने, एका पिशवीत नोटा दिसल्या. प्रथम तिला धक्का बसला. एवढे धन असताना सासू कामाला का जाते. रात्री तिने सारं नवऱ्याला सांगितलं. त्याला आई इतके वर्ष काम करून हे जमवत असेल असे वाटले. नव्यानेच आलेल्या एका मैत्रिणीने तिला सोसायटी मध्ये होणाऱ्या चोऱ्या विषय सांगितले. तिने च्या बाई चे वर्णन सांगितले होते ती बाई तिच्या सासू सारखी तिला वाटली. परत तिने नवऱ्याला सारे सांगितले. बालवाडीतल्या मुलांच्या आयांनी पण काही काही सांगितले. आता तिची खात्री पटली. की हे सारं

तिची सासू करीत आहे. जर कधी त्या पकडल्या गेल्यावर आपली किती बदनामी होईल. आपल्या दोघांच्या कामावर याचा परिणाम होईल. लोकं आपल्याला पण चोर समजतील. पुढच्या परिणामाचा विचार करून तिला घाम फुटला. ती सारीभीती तिने राजाला बोलवून दाखवली. आपल्या होणाऱ्या मुलांचं काय ? त्यांना लोकं जगू देतील काय? पोटात वाढणाऱ्या बाळा साठी एक आई सज्ज झाली. तिने राजाला आपला निर्णय सांगितला. राजाला पण तिचं म्हणणं पटलं. त्याने आई शी बोलायचे ठरवले. पण त्याच्या आई ने ते अमान्य केले. मी जे केले ते तुझ्या साठी केले. तुझ्या मायेपोटी केले. तुला काहीही कमी पडू नये म्हणून केले.

संध्याकाळी राजा नीताला दवाखान्यात रुटीन चेक अप ला घेऊन गेला असताना काल झालेल्या चोरी विषयी लोकं चर्चा करताना दिसले आणि पोलीस कंप्लेंट केल्याचं पण समजले. ते दोघे तात्काळ घरी आले. एका गाठोड्यात त्या साड्या बांधल्या. एका पिशवीत पैसे, दागिने भरले. लता बाईंचा हात धरला. त्यांच्या हातात ते गाठोडं आणि पिशवी देऊन आता च्या आता इथून निगुन जा. नाही तर तुझ्या बरोबर आम्ही पण फसू. आम्हाला पण तुझ्या कर्माचा त्रास भोगावा लागेल. मुलाच्या मायेपोटी लता ने गाठोडं आणि पिशवी उचलली आणि चालू लागली. होणाऱ्या आईने आपल्या बाळाच्या माये साठी एका आईला आपल्या मायेची परीक्षा द्यायला भाग पाडली. शेवटी आईची माया वेडीच असते.

8

संत्रे

संत्री बाजारात दिसू लागली कि मला आईची आठवण येतेच. संत्र्याचा रंग मनाला मोहित करतो. कुठेही अगदी उठून दिसतात. पण याच संत्र्यानी माझ्या आईला माझ्या मुळे मनस्ताप सहन करावा लागला. हे आठवून आता मन फार खट्टू होते. माझ्या लहानपणी आई मला आत्या आजीकडे घेऊन रहावयास गेली होती. उन्हाळाचे दिवस होते. दुपारचे बारा वाजले होते. मी गॅलरीत उभे होती. खाली संत्रे वाला ओरडत होता. मला ते हवे होते. आई म्हणाली संध्याकाळी आणून देते. मला लगेच हवे होते. आजी तिसऱ्या मजल्यावर राहत होती. आईने मला एक रुपया दिला. मी ते घेऊन संत्रे आणायला खाली उतरले. आईने पैसे परत घ्यायला सांगितले होते पण संत्रे मिळाल्यावर मी ते विसरूनच गेले आणि घरी आले. आईने पैसे मागितले. मी आणलेच नाही असं मी निरागसपणे सांगितले. तेवढ्या उन्हात माझी आई अनवाणी तशीच ते पैसे आणायला खाली गेली. तो पर्यंत तो संत्रे वाला खूप लांब गेला होता. त्या तापलेल्या रस्त्यावर आई त्याला गाठण्यासाठी पळत त्याच्या गाडी मागे गेली. ते पैसे परत घेतले आणि भाजणारे पायाची पर्वा न करता तशीच घरी आली. मला त्या वेळी त्याचे काहीच वाटले नाही. ते पैसे आईसाठी खूप महत्वाचे होते. तिच्या चेहऱ्यावर पैसे मिळाल्याचे समाधान आधिक होते. पायाच्या चटक्या पेक्षा पैसे गमावल्याचे दुःख ती सहन करू शकणार नव्हती. कारण मला काहीही देण्यासाठी तिच्याकडे

तेवढेच पैसे होते. आईचे ते कष्ट पैसे जपून वापरणे मला बाळकडू म्हणून बरेच ज्ञान मिळाले. मला आईचा राग यायचा. आम्ही कायम महिन्याचे पंधरा दिवस कोणा कोणाकडे राहायला जात असू. आणि आईला त्याचे काम करावे लागे. ते जरी नातेवाईक होते पण ते आईला टोचून बोलत. खाणे काढत. आईचा अपमान करीत. आई सारे मूग मिळून निमूट सहन करी. तिच्या कडे दुसरा पर्याय नव्हता. दारुडा नवरा घरात पैसे द्यायचा तो कधीच पुरायचा नाही. मग ती कंटाळून कुठे कुठे घेऊन जायची. माझी उपासमारी तिला नको होती. मला ते अजिबात आवडायचे नाहीत. माझे उलटे बोलणे आईला आवडायचं नाही. ती नेहमी म्हणायची आपण कोणाला कधी दुखवायचे नाही. तिने कधी कोणाला उपाशी ठेवले नाही. आहे त्यात कायम सर्व करायची. तरी कधी तक्रार नाही. नेहमी हसत मुख राहून सर्वांना कामात मदत करायची. तिला काय पाहिजे हे कधी कोणी विचारले नाही. फक्त हक्काने कामे मात्र सांगितली. आज मला हे सारे आठवून मनाला फार फार यातना होतात पण जीवनाची बरीच मूल्ये मला तिने कृतीने शिकवली. आजही मी ते सर्व पाळते. पण तिचे कष्ट मी कमी करू शकले नाही याची कायम खंत वाटत राहते.

9

ममता

कस बस घर बांधायचं धाडस केलं होत. एकच रूम बांधली होती. विटांचा घर खाली सिमेंट कोबा. तेव्हढ्यानेच पैशाची ओढाताण सुरु झाली. कर्ज झालेच होते. नवऱ्याचा सगळा पगार त्यात संपत होता. मुलांना खाण्यासाठी, शाळेसाठी मला नोकरी करणं गरजेच होतं.

आज सकाळीच देणेकरी येऊन गेलेले. त्यामुळे मन जरा दुखी होत. नवरा मुलांना शाळेतून आणून घरी ठेवत. दोघांना नीट समजावून दुपारी दोन वाजता त्यांना घरात ठेऊन कुलूप लावीत असे. मी सहा वाजे पर्यंत घरी येत असे. तो पर्यंत दोन्ही मुलं खिडकीत बसून बाहेर पहात माझी वाट बघत असत. तशी शेजारी चावी असायची. काही झाल्यास त्या बाई कुलूप उघडून दोघांना समजवायच्या. मुलीला अचानक रात्री ताप आला. डोळे पांढरे केले. जवळचे होते नव्हते पैसे घेऊन दवाखाना गाठला. जरा बारी झाली. पहाटे घरी आले. रात्र भर काळजीने मन आणि त्रासाने शरीर थकलं होतं. तिला दोन तीन दिवस न्यावे लागायचे. पैसे तर संपले. घरात अजून पंधरा दिवस काढायचे होते. मुलांचे दूध, रोजचे खर्च, घरात किराणा नव्हता. दुकान मालकाची उधारी द्यायची होती. लाईट बिल येऊन पडले होते. कुठे आणि कसं पुरं पडायचं. विचाराने डोकं सुन्न झाले होते. चार दिवसाने कामावर गेले तर मॅनेजर ब्रेक देण्याचं म्हणत होता. सुपरवायजर मध्ये पडला. त्याला मी भावा सारखे मानून सर्व सांगितले. न बोलताच त्याने तुला कधीही ब्रेक मिळणार नाही हे

सांगितले. तेव्हा पासून मी त्याला खरंच भाई म्हणायला लागले. मला पैशांची अत्यंत गरज होती. कोणी उसने देईना. म्हणून मॅनेजर कडे शब्द टाकला. तसा तो बोला चालायला बरा होता पण त्याची नियत ठीक नव्हती. संध्याकाळ थांब म्हणाला. संध्याकाळी थांबले पण त्याचे काही पैसे देण्याचे चिन्ह दिसेना. वेळ चालला होता. मला घरची ओढ लागली. मुलं घरात वाट पहात होती. त्यांना भूक लागली असेल छोटी रडत असेल. तिला पाहून मुलगा हि रडत असेल. अंधार पडलाय दिवा लावायचाय. मुलाचा हात पोहचत नाही बटनापर्यंत. मुलगा अंधारात अजूनच घाबरत असेल. तो ही अवघ्या तीन वर्षाचा होता. एक ना अनेक विचार डोक्यात येऊन मन दाटून येत होत. डोळे भरले. कुठली बुद्धी सुचली घर बांधायची मी मलाच कोसत होते. या जागी आपल्या ओळखी पालकीचं कोणीच नव्हते. सगळं आपल्यालाच करायचं आहे हे माहीत असून उगीच नसती रिस्क घेतली आपण. मुलं थोडी मोठी व्हायाला हवी होती. उगाच घर बांधायची घाई केली. राहून राहून हिरकणी आठवत होती. तिची झालेली अवस्था माझ्या सारखीच झाली असेल काय ? असही वाटून गेलं. शेवटी पाहू काय करायचं ते. आता इथे थांबायला नको म्हणून मी खाली उतरत होते. तेवढ्यात भाई खाली बसलेला दिसला. त्याला कोणी तरी म्हटलं कि मॅनेजर मिनल ला थांबायला सांगितले आहे. म्हणून तो ही घरी न जात वॉचमन सोबत बसला होता. त्याला मॅनेजर ची नियत माहित होती. त्याने त्याच्या जवळचे पन्नास रुपये माझ्या हातात ठेवले आणि म्हणाला चल रोड पर्यंत नेऊन सोडतो. मी त्याच्या विरुद्ध दिशेला राहत होते. तो तेथून बसने जात असे. त्याने मेन रोड वर सोडले. घरी येई पर्यंत ८ वाजत आले होते. घरात अंधार होता. मुलगी पाळण्यात रडत होती. मुलगाही रडत तिला पालन झुलवत होता. तिला सांगत होता, "आता येईन आई. दादा आहे ना. तू झोप, मग आई दुदू देईन आणि मला बिस्कीट पण देईन." मी घाईने कुलूप उघडले, पर्स फेकली. पहिल्यांदा त्यांना जवळ घेतले. दोघांना शांत करून समोरच्या दुकानातून दूध बिस्कीट आणले. त्यांना खाऊ घातले. मग मी पाणी प्यायले. मुलगा वयापेक्षा मोठा झाला होता. या प्रकारामुळे भाऊ बहिणीचे नाते, प्रेम पक्के झाले. पुढे ते दोघ एकमेकांना कधीही अंतर

देणार नाही याची खात्री पटली. दोघांना बाळकडूच तसे मिळाले होते. आज जगातली सगळी सुख त्याच्या पाशी आहेत. मनातली ममता हि तशीच अजून टिकून आहे.

10

मदत

संगीताबाई रोज त्या सरकारी कार्यालयात जायची. त्या साहेबांची मनधरणी करायची. पण निराश होऊन माघारी फिरायची.

सकाळी घाई घाई चार घरची कामं करायची; काही शिळं पाक घेऊन लेकरांना खाऊ घालायची. शेजाऱ्याला लक्ष ठेवायला सांगून सरकारी कार्यालय गाठायची. मान पाठ मोडे स्तोवर साहेबांची मनधरणी करायची. परत कामावर परतायची. काही मिळेल ते आणून त्यानं थोडंफार करून लेकरांना पोटाला घालायची. उरलेलं दोन घास खाऊन गप्प गुमान भूतकाळा सोबत झोपी जायची.

सहा महिने असच चाललं होत पण ती आता मेटाकुटीला आली होती. साहेब पण लगेच हाकलूनच द्‌यायचे. आता कोण मदत करणार. तरी रोज एकदा तरी कार्यालय गाठायची. एकदा तिने नवीनच साहेबाना येताना पहिले. त्याच्या पायाशी झुकली आणि मदत करण्याची विनंती केली.

शिर्के काय मॅटर आहे या बाईंचा. शिर्केनी सांगायला सुरुवात केली, "आहो वेड लागलय या बाई ला. रोज इथे येऊन तमाशा करते; सांगितलेलं कळत नाही. हिचा नवरा शेतकरी नव्हता की त्याने आत्महत्या केली नव्हती. आणि तरीही हिला आत्महत्या केलेल्या शेतकऱ्याच्या कुटुंबाला जी मदत करतो ती हवी आहे. आता कशी मदत करायची. नियम वगैरे धाब्यावर बसवायचे का हिच्यासाठी. संगीताबाई

त्या साहेबाच्या पायाशी अडूनच बसली. तुम्ही काय बी करा पण तेवढी मदत द्याच. मी सांगते ना माझा मालक शेतकरीच हुता. गावाकडं कर्ज काढून बियाणं आणून शेती नांगरली. एक वरीस पाणीच नाही पडलं. समदी पीक जाळून गेली. तर परत हुत नव्हत गाहाण ठेऊन; परत बी पेरलं तर पाणी ज्यादाच आलं. समदी पीक वाहून गेली. आता कसं करावं. सावकारानं शेत तर बँकनं घर ताब्यात घेतलं. बेघर होऊन पोट पाण्यासाठी पोरंबाळं सकट शहर गाठलं. इथं रस्त्याच्या कडेला पालं बांधून राहत हुतो बघा. आठ दिवस गेले न तोज नगरपालिका वाल्यांनी हाकलून दिलं. तवा मागच्या अंगाच्या झोपडवस्तीत पोरासनी निजाया खोपट मिळालं. त्याच वस्तीत आमच्या मालकाला एक दोस्त गावला आणि वाटुळं झालं. त्याला कसा त्यो नाद लागला आन त्यातच जीव बी गेला. आता ती ईशारी दारू काय आम्ही घरी बनवली होती का? अशी दारू बनवणाऱ्या त्या मालकास का न्हाई कोणी काही केलं. त्यो मारं फिरतुया वर तोंड करून म्हून सरकारणीच आमाला मदत केली पायझेल. आता आमचा काय दोस हुता का यात. सरकार मदत करत नव्ह का ईशारी दारू पिऊन मेल्यावर. मग ती तरी द्या नाही तर शेतकऱ्यासाठीची द्या पण काहीतरी द्याच. तोवर मी हितनं जायची नाय अन पाय पण सोडणार नाय. जीव गेला तरी बेत्तर. साहेबांना कळून चुकले. वाटतं तेवढं सरळ नाही. प्रकरण पुढे मीडियात जाईल वेगळेच वळण लागायचं.

कशात काय नसतानी भलतंच अंगावर शेकायचं.

आजवर लय प्रकरण पहिली, निपटवली पण हे कसं निपटवायचे. कोणत्याच खात्यात टाकता येत नव्हते. शेवटी त्यांनी ठरवले. आऊट ऑफ द वे मदत करावी. उदयाला या करतो काही तरी म्हणत संगीता बाईंना सांगितले. वरच्या साहेबांशी प्रकरणाची चर्चा केली. काही तरी मदत करण्याची विनंती केली.

शेवटी बाल आणि महिला कल्याण केंद्र द्वारे मदत मिळवून स्वतः साहेबांनी काही रक्कम वरच्या साहेबांच्या रकमेत मिळून त्या बाईला देऊ केले. 7

बाईच्या तोंडावर समाधान पाहून साहेबांना कृत, कृत झाल्यासारखे वाटले. आपली छोटीशी मदत कोणाच्या तरी कामी आली. मनातून

समाधान मिळाले, आनंद झाला. स्मित हास्य करीत नवीन साहेब पुढील दौऱ्यावर गेले.

11

बारसे

हौसेला मोल नसते पण हौस तर आहे पण द्यायला मोलच नाही. घराची परिस्थिती बिकट; कसं बसं दोन खोल्यांचं विटांचं घर तर बांधले. खाली सारवायची जमीन तर बाहेर निव्वळ मातीच आंगण शेणाचा सडा टाकलेलं. घर बांधल्यामुळे आर्थिक स्थिती अधिकच बिघडलेली. कशाच कशाला पुरत नव्हते. त्यात दुसऱ्या बाळंतपणाची खेप झालेली. पहिल्यांदा पण हाल झालेच होते. आत्ता तर त्याहून अधिकचे होत होते. सादं खान पण नीट मिळत नव्हतं. स्वतः सर्व कामे करावी लागत होती. बाईला द्यायला पैसा कुठून आणणार. पावसाळ्याचे दिवस होते. म्हटलं मुलीचे नाव तरी ठेवावं; हाऊस तर खूपच होती. घरीच पोह्यांचा चिवडा तयार केला. शेजारच्या चार पाच बायकांना बोलावले. चने आणि पाने आणून ठेवले. घुगऱ्या तयार केल्या. संध्याकाळी दारात संगोळी काढून, झाडावरची फुले तोडून माळा बनवल्या. साडीच्या झोळी भवति सजवल्या. तिला साधे कपडे घातले. बायकांची वाट पहात दारात बसले होते. बायका काही लवकर आल्या नाहीत; ३-४ वेळा निरोप देऊन झाला. थोडा अंधार पडू लागला; ढग दाटून आले. हळू हळू पावसाचा जोर वाढू लागला. इतका वाढला की, घराबाहेर पाणी साचले. थोड्यावेळाने पत्रे मधून मधून गळू लागले. मुलांना लोखंडी कॉट वर ठेवले. मोठा तीन वर्षाचा मुलगा रडू लागला. त्याला भूक लागली होती. तो वरण-भात मागत होता. ह्या सगळ्या गोंधळात मी वरण भात बनवला नव्हता;

मला खूप वाईट वाटू लागले. त्याला म्हटलं थांब बाळा तुला मी वरण-
भात बनवल्यावर देते आता तू चिवडा खा. आणि तो चिवडा त्याला दिला.
भुकेल्या पोटी माझा बाळ तो चिवडा खात होता; तेवढ्यात लाईट गेली,
पाऊस वाढला. जमिनीतून घरात पाणी आले, मी आणि मुलं घाबरून
त्या कॉटवर बसलो. मुलांना कवटाळून धरले. खाली पाय ठेवू शकत
नव्हतो. मुलगा घाबरून मला बिलगला. सगळीकडे पाणीच पाणी साचले
होते. रात्रभर भुकेला तो चिवडा खात वेळ घालवली. सकाळी नवरा घरी
आल्यावर सर्व सांगितले. त्यांनी चहा बनवला. दुकानातून बटर आणले.
चहा बटर दोघांना खाऊ घातले. गोड चहा पीत आम्ही तिघांनी मुलीच्या
कानात नाव सांगत साडीच्या झोळीत ठेवले. मुलाने तिला हलके हलके
झुलवत असे साजरे केले मुलीचे बारसे.

12

डेस्टिनी

नियाला उद्याच त्या स्टुडिओत जायचे होते तसे आई-बाबांना कळवले होते, ऑफिसातून रजा घेऊन सर्व तयारीही करून ठेवली. तरी झोप काही येईना; सर्व घडलेले प्रसंग डोळ्यासमोर येत होते. कधी कसा लखन तिच्या आयुष्यात आला ते तिला हि कळले नव्हते.

गेली सात वर्षे ती या सोसायटीत राहात होती. शेजारी दोन्ही फ्लॅटमध्ये मुले-मुली राहात होती. पण कधी भेटण्या बोलण्याचा प्रसंग आला नव्हता. नजर भेट कधीमधी व्हायची. आपले पार्सल आणलेल्या लखन तिला वेगळा वाटला. त्याचा चेहरा आणि बोलणं मनात घर करून गेलं; आई नेहमी म्हणते आपला माणूस एका क्षणात देखील आपल्याला भेटतो मग तो तोच लखन असेल काय? गेल्या जन्माचा जोडीदार; असा विचित्र प्रश्नही तिला पडला. विचारात कधी झोप लागली नि सकाळी एकदम जाग आली.

लखन ने मॅसेज केलेल्या त्या रियालिटी शो मध्ये ती पोहोचली. सेट अप थीम प्रमाणेच अप्रतिम सजवलेला होता. बलून लाईट कलर्स इतके सुंदर होते की आपण कुठल्यातरी स्वर्गात तर आलो नाही ना असं वाटावे. इतके प्रभावी इथल्या वातावरणात कुणीही आपल्या प्रेमाची सहज कबुली दिली असती. आपल्या भाग्यात तोषण आला आहे काय, असंही तिला वाटून गेलं. अँकरने आपल्या शब्दाचा जादूने वातावरण प्रेममय करीत एका एका स्पर्धकाला भेटून ओळख करून दिली.

सगळ्यांच्या आपल्या आपल्या कहाण्या होत्या. तिचे लक्ष फक्त लखन कधी येतोय आणि काय सांगतोय याकडेच होते. तिचे कान फक्त त्याचा आवाज ऐकण्यास आतुरलेले.

लखन आला त्याने सभोवार पाहिले आणि नजर फिरवली. पहिल्या रांगेकडे पहात लांबून पाया पडला. तसेच तिथल्या रांगेतले सारे उभे राहिले. अच्छा त्याची फॅमिली आलेली दिसते सोबत कोणी तरुण मुलगी तर नाही ना आणलेली लखन साठी असा विचारही तिच्या मनात आला आणि तिची धडधड वाढली. त्याने बोलायला सुरुवात केली. खरं तर, माझी अशी कोणतीच प्रेम कहाणी अद्याप सुरू झालेली नाही. हो पण एक मुलगी मला खूप आवडते. तिला अजून प्रपोज करायचं धाडस झालं नाही. मी असा साधा मुलगा बाप शेतकरी एका खेड्यात दोन बीघा जमीन कसणारा, भाऊ पडेल ती कामे करणारा, सगळ्यांचा अपेक्षांचं ओझं माझ्या खांद्यावर; जोपर्यंत माझे पाय घट्ट रोवत नाही तोवर कोणालाही आयुष्यात येऊ द्यायचे नाही असा माझा निर्धार होता. तरीही जी मुलगी आवडते तिला सांगावे असे वाटत होते. म्हणून या, शोच्या माध्यमातून मी आज तिला प्रपोज करणार आहे. आशा करतो; की घरच्यांना ती आणि तिला मी पसंत कडून ती होकार देऊ देत.

नियाच्या काळजाचा ठोका बंद पडायचाच बाकी होता. तो आपल्याच बद्दल बोलतोय याची तिला जाणीव होऊ लागलेली. आता काय बोलतोय अजून आपले नाव वगैरे घेतोय की काय. घसा कोरडा झालेला. बापरे! इतक्या लोकांसमोर कसं समोर जायचं, कसं वागायचं, हा विचार ती करीत होती. तिच्या वर स्पॉट लाईट पडला आणि ती एकदम दचकली. मान वर करून पाहते तर लखन समोर उभा होता. त्याने अलगत हात पुढे केला. तिने त्याच्या हातात हात दिला. हळूहळू त्याने तिला स्टेजवर आणले आणि ती एकदम भारावून गेली. सगळ्यांच्या नजरा तिच्यावर खिळल्या. अनेकांच्या तोंडातून वेगवेगळ्या प्रतिक्रिया. तिला तर मेल्याहून मेल्यासारखे वाटत होते; पाय जागीच खेळले; डोळ्यांनी मात्र दगा केला आणि ते वाहू लागले.

लखन खाली गुडघ्यावर बसून तिला गुलाब देत प्रपोज करीत होता. बाजूने सुरेल संगीत वाजत होते. त्याच्या घरचे सारे स्टेजवर आले;

सगळ्यांनी टाळा वाजवून तिला संमती दिली. त्याच्या बहिणीने तिचे डोळे पुसद खांद्याला प्रेमळ स्पर्श केला; त्याला उठवत तिने आपल्या मिठीत घेत आपली कबुली दिली. आयोजकांनी विनर ट्रॉफी तिच्या हातात देऊन त्याच्या हातात चेक दिला. त्याची आई म्हणाली लछमीला घेऊन लछमी जी आली.

13

नीला ची सून बाई

~~~

नीलाताई ला फोन केला तर म्हणाली अगं थांब मी तुझ्याशी नंतर बोलते. मला समजेना की, आता तिला इतकं काय काम आहे साध फोन वर ही बोलू शकत नाही. दोन-तीन दिवस झाले मी पण विसरले होते नीलाताई चा फोन आल्यावर जरा लटक्या रागातच् चेष्टेने मी तिला म्हणाले मिळाला का बाई फोन करायला वेळ. तिने काहीच प्रतिक्रिया दिली नाही म्हणजे वाटते तितके प्रकरण साधे नाही हे मला समजले. ती म्हणाली फोनवर नको बोलायला भेटून बोलू संध्याकाळी. म्हणून आम्ही संध्याकाळी भेटलो. पाच वाजता आम्ही वैशालीत होतो. आमची काही पण चर्चा करायची ती निवांत जागा होती. नीलाताई मला थोडी उदास त्रासलेली दिसत होती. मी वातावरण हलके करण्यासाठी तिला म्हणाले, "अगं सून आली ना हाता खाली मग अशी का त्रासलेली." ती म्हणाली काय हाताखाली त्रास वाढवायला आलीये नुसती. मी म्हणाले, "काय बोलतेस किती गोड मुलगी आहे ती, मला तर अभिची चॉईस आवडली बाई." तर ती मला म्हणाली तसं नाही गोडच आहे फक्त पण नसते व्याप वाढवत असते नेहमी. तो निस्तरावे लागतात आणि मग मनस्ताप होतो. वर चिडचिड ही होते. तुला तर माहीतच आहे मला सगळं कसं शिस्तबद्ध लागते. वेळच्या वेळी गोष्टी व्हाव्या असं वाटते. ती मात्र सगळं उलटच वागते. तिचे वागणे उलटच असते.

सून आली आता सगळ्या घराचा भार सोपवून निवांत चार दिवस तुझ्याकडे यावे, जरा कुठे तरी फिरून यावे तर मला घर तिच्यावर सोडून येण्याची भीती वाटते. अभी चे लग्न म्हणजे आपली स्वप्न पूर्ती होती म्हणून मी किती आनंदाने उत्साहाने नव्या मुलीला आवडीने सगळं घेतलं. तिची हाऊस करावी, आवडेल ते करू द्यावे म्हणून तिला सगळं समजावलं. सगळे कार्यक्रम छान झाले दोघं बाहेर फिरूनही आले. सर्व घरातल्या गोष्टी तिला समजावून सांगितल्या. आता तुला आवडेल ते जेवण बनव तुला हवं तसं घर सजव मी कोणत्याच बाबतीत लुडबुड करणार नाही. आता तुमचा संसार सांभाळा आणि मला मोकळं करा. कुठे जर काही अडले समजले नाही तर कधीही आवाज द्या मी आहेच.

मनातले मांडे मनातच राहिले. अगं एक गोष्ट तिला धड करता येत नाही. सकाळचे हंतरुण असत्या वस्त असते, नळ सोडून तोंड धुताना बेसिन खाली तळ तयार होतं, भांडी विसळताना मोठाले आवाज होतात, गॅसवर दूध ओतून जाते जाते, जेवण वाढून घेताना सांडलेले असते, चपाती भाजताना सात-आठ वेळा पलटी होते, भाजी धुताना, डाळ तांदूळ धुताना अरदे पडलेले असतात, कुकरच्या शिट्टी वर लक्ष नसते, कुकर जळतो, लाइट पंखे चालूच राहतात, इस्त्री पेटलेली राहते, जेवण जेवताना अंगावर सांडलेले असते, दूध पिल्यावर मिशा आलेल्या असतात, अर्धे दूध तसेच फेकले जाते तर चालताना हजारदा ठेच लागते, कपड्यांचा पसारा झालेलाच असतो दोरीवरील कपडे फराफरा तीन-चार वेळा एकदमच ओढते कधी दोरी तुटते, कधी कपडे फाटतात, बटण तुटतात, गॅस चालूच राहतो, दरवाजा आपटले जातात, काहीही बनवते पण तिला ते आवडत नाही. मी बनवलेले पण तिला आवडत नाही. नुसता गोंधळ घालते. वेंधळी आहे नुसती. कुठलीही गोष्ट तिला शांतपणे करता येत नाही, सर्व बाबतीत धांदरट पणा असतो कुठल्याच गोष्टीत धीर नसतो त्यामुळे सारखे लक्ष ठेवावे लागते.

आता दिवस गेलेत. अशावेळी खाली पटकन बसते, पटकन वाकते काहीही उचलायला जाते. तिला किती वेळा सांगितले कसं वागायचं ते पण तिच्या लक्षात राहात नाही. काल तर पपई खात बसली होती. अशा वेळेस पपई खाऊ नये म्हणून तिला अडवले. नुसतं आपलं ते युटूब पाहून

काही काही करून पाहायचे. डोक्याला ताप झाला आहे. आता बोल मी काय करू. मी कुठे चार दिवस गेले तर काही अपघात जखम किंवा अनर्थ ओढून घेईन अशी भीती वाटत राहते

अभी पण वैतागलेला असतो. त्याची पण चीड चीड होते, तो मलाआणि स्वतःला समजावतो; होईल सारं ठीक, येईल तिला सगळं नीट करता, हळू हळू शिकेल. चुकत माकत धडपडत करेल, अशा विश्वास तर ठेवलाच पाहिजे आता. आलिया भोगासी असावे सादर.

हाय पर सेन्सिटिव्ह आहे खरी पण मनाने आणि वागायला गोड आहे ती. तिला सगळ्यांची काळजी आहे. मदत करायला धावत असते. पण चुकतं त्याला ती काय करणार. मूल झाल्यावर होईल शांत. नाही झाली शांत तर त्या बाळाला नीट सांभाळता येईल ना ग तिला. अशी आता वेगळीच धास्ती वाटते. म्हणून उलट झाले सारं. निवांत वेळच मिळत नाहीये तर निवांतपणा उठला ग. आता मलाच निलाताई ची काळजी वाटू लागली. ना सासूरवास, ना सासु सुनेची भांडणे, ना इतर खटपट खटपट, तरी माझी बहीण सुन आल्यापासून आनंदी व्हायची तर दुःखी झाली होती.

14

माझी मी

~~~

ऑफिसला आल्यापासून मी एकटीच बसली होती मनात काहीतरी
चालु होते. चेहरा उदास हरवल्यासारखा वाटत होता. तिचं मन कुठेच
लागत नव्हते. डोळ्यात येणारे पाणी अडवु पाहत होती. एकदाची
संध्याकाळ झाली; लागलीच आपली स्कुटी काढून तिने दुरवर एका आड
बाजूच्या कॅफेत उभी केली. कोपऱ्यातले टेबल पाहून तिथे बसली. कॉफी
ची ऑर्डर येऊन थंड झाली.

प्राची आपल्या भूतकाळात पोहोचली होती, तिला आपल्या आईचे
आईपण अनुभवायचे होते. कॉलेजच्या मित्र-मैत्रिणी च्या नादात आईशी
बोलायचे गप्पा मारायचे राहून गेले होते. ते तिला परत हवे होते. कॉलेज
संपल्या संपल्या लागलीच ही नोकरी लागली, आता काय शिक्षण झाले,
नोकरीही लागली. बघा आता स्थळे उरकून टाकू या वर्षी देऊ उडवून
लग्नाचा बार. असं आईचं पालुपद सुरू झाले.

एक-दोनदा मी ही म्हणाले, "अगं मी जड झाले का तुम्हाला, माझी
अडचण वाटते का? तुमच्या बरोबर अजून राहायचं मला, नका करू घाई
माझ्या लग्नाची होईल तेव्हा होईल ना. एवढं का माझं ओझं वाटतय
तुम्हाला." तर आईने हसून टाळलं, "अगं बाई वेळच्या वेळी सगळं
झालं म्हणजे आम्ही सुटलो बुवा." मला मात्र एवढ्यात लग्न करायचं
नव्हतं. थोडं एकटं फिरावं, कधी आईसोबत फिरावं, तिच्या कडून लाड
करून घ्यायचे, शॉपिंग करायची पिक्चर पाहायचा, भटकंती करायची,

तिची कामे वाटून घ्यायचे, तिला आनंदी, हसताना पहायचे, तिचे हट्ट पुरवायचे होते मला पण तिचे उलटे चाललेले होते.

फार कष्ट करून तिने आम्हाला वाढवले होते. बाबांच्या पगारात काटकसरीत घर चालवून आम्हाला तिने शिकवले. वेळेला दुपारची काही काही पदार्थ बनवून ती सौंसाराला हातभार लावायची; स्वतःची हाऊस म्हणून साधी वेणी तिने घातली नाही म्हणून मला तिला पैसा खर्च करताना पाहायचे होते. दीदीचे लग्न होऊन ती अमेरिकेत स्थायिक झाली तिने हिला तिकडे बोलावले. पण काही गेली नाही. तिच्या हाताला लागलेली काटकसरीची सवय मरेपर्यंत तिने टिकवून ठेवली.

नोकरीच्या सहा महिन्यातच नितीन चे स्थळ मला सांगून आले. नाव ठेवायला जागाच नव्हती, दोन्हीकडून होकार येताच आईचीच सर्वात जवळचा मुहूर्त धरण्याची अट होती. झालं तिला नको दुखवायला म्हणून मनात नसताना मी लग्नाला उभी राहिले. लग्नानंतर पंधरा दिवस येऊन राहते, तुला मदत करते, तुझ्यावर खर्च करते, तुझ्यासोबत वेळ घालविण म्हटले तर आता तुझ्या सासू सोबत वेळ घालवून म्हणाली; त्या तुझ्या कायम सोबत राहणार आहेत, त्यांना जप, त्यांना हवं नको बघ, त्यांना समजून घे असंही म्हणाली. नेहमी दुसऱ्यांचा विचार केला; मला काय वाटते, मला काय पाहिजे, मला काय करायचं आहे हे कधीच तिने विचारात घेतले नाही.

लग्नानंतर जावईच्या सणावारात वर्ष निघून गेले. ओवी ओमच्या जन्मानंतर माहेर दुरावतच गेले. एक-दोन दिवस माहेरी राहिले तर ते आपल्यातच जायचे आणि ती नेहमी स्वयंपाक घरातच अडकलेली असायची. आजारी असली तरी मला कसली धाड भरलीये मी ठीक आहे ग असंच म्हणायची. सगळं सगळं हसण्यावारी न्यायची. दादा पण तिच्या हो ला हो द्यायचे. दीदी तीन महिने राहून गेली. तेव्हा हिच पुढे पुढे अंगात हाथीचं बळ असल्यासारखी सयंपाक घरात रमली. ओवी थेट तिच्या आजी वर गेलेली. अगदी आईसारखी वागायची तिला पाहून मनात खंत वाटू लागली. आपण आपल्या आई सोबत वेळ घालवला नाही. तिनेही कधी मला माझ्या मना सारखं वागू दिलं नाही. कायम ती नुसती कोणत्या ना कोणत्या सूचना द्यायची.

प्राची ला मात्र मनसोक्त फिरायचं होतं, स्वतःवर वेळ आणि पैसा घालवायचा होता. बरेच काही तिचे मनसुबे होते. तिचे आईच्या पुढे तिथे कधीच काही चालले नाही. ना तिने स्वतःला नीट जवले ना मला नीट जगू देत होती. सतत नुसत्या सूचना देऊन दडपण आणायची.

सरता सरता पंधरा वर्षे सरली. मला दुसरी आई बनायचे नव्हते. आईच्या दडपणाखाली राहात मी पण तिचं आयुष्य जगू लागले होते. केसात चंदेरी झाक आली मुलं काय आज ना उद्या मोठी होणारच, त्यासाठी मला चिंता का पडावी, मी आता माझं आयुष्य जगू शकते. मी आईसारखे आपले आयुष्य जाऊ नये यासाठी मी नक्कीच प्रयत्न करू शकते. तिच्या बरोबर वेळ काही घालवता आला नाही. ती इच्छा मी पूर्ण करू शकले नाही. पण आता मी माझी स्वप्न नक्कीच पूर्ण करू शकते. ओवीला पण चांगले आयुष्य आणि उदाहरण द्यायचे होते.

निर्धार करुन तिने कॅफे मधून बाहेर पाऊल ठेवले. एक मोठा उसासा घेतला. मार्केट गाठून छान शॉपिंग केले आता ती साने बाईंना दाखवणार होती की तिलाही काळानुरूप बदलता येते, ती काही काकूबाई नाही आणि त्याहून मॉडन विचारांची आहे, मलाही घरात किंमत आहे, माझेही एक जागा आहे. घरी आले तर सार सुरळीत चाललं होतं. कोणीही तिला प्रश्न केले नाहीत. आपणच उगाच सर्व गोष्टी आपल्यावर घेऊन एकट्याने खिंड लढवत असतो. नितीनने तिला समजून घेतले. मग सगळे ठीक झाले. उद्यापासून सगळ्यांना नवी प्राची पाहायला मिळणार होती त्याचीच आज सुरुवात झाली.

15

फोनायण भाग १

देवळाच्या पुजाऱ्याला घरातून फोन आला. त्याने घाईने घाईने शेजारती उरकून देवळाचे दार बंद केले. आणि घरी गेला. विठुराया तुकारामा ला भेटून येतो म्हणत तिकडे गेले. रखुमाई एकटीच देवळात उभी होती, कंटाळून काय करावे तिला कळत नव्हते. देवळा मध्ये बसायला आज काल कोणाकडे वेळ नव्हता. सारे मनुष्यप्राणी हातातल्या खेळण्यात गुंतले होते; एवढे त्या खेळण्यात हरवल्यासारखे काय आहे. असा प्रश्न रखुमाईला पडला. नारायण नारायण करीत नारदमुनी आले आल्या आल्या नारदमुनी सुरू झाले;' माते हे काय तुम्ही एकट्याच दिसत आहात, प्रभु कुठे दिसत नाही'. रखुमाई म्हणाल्या' मुनीवर आपणास सारे ठाऊक असते तरीही. प्रभु तुकारामा भेटायला गेले ते अजून परतले नाहीत. तुम्हाला तर क्षणाक्षणा चे भविष्य जाण असते. आता सांगा प्रभू कुठे आहेत' आपण बोललेलं आपल्यावरच आलेले बघत नारद मुनी म्हणाले' होय माते मी आपल्या शब्दाबाहेर नाही, प्रभू तुकाराआस भेटायला गेले होते. तिथून ते राधा मातेकडे तर गेले नसतील ना? रखुमाई म्हणाल्या' मुनीवर आपण प्रभू वर संदेह करीत आहात' मुनीवर म्हणाले' नाही नाही माते मी असे कसे कधी मी आपलं माझा मानस सांगितला.' रखुमाई म्हणाल्या मुनिवर आपले मनातले म्हणून कळ तर लावली नाही ना? आपण त्या बाबतीत अगदी तरबेज आहात. हा आपला स्वभाव आहे .आपण कायम हेच कार्य करीत असता. आता

मला सांगा मनुष्यप्राण्याला जवळ सध्या असे कोणते खेळणे आहे. त्या खेळण्यात तो आपला भान हरपला आहे, स्वतःला आणि सगळ्या गोष्टीला विसरला आहे. कोणत्यातरी भक्ताने आम्हाला दाना म्हणून एक खेळणे द्यावे म्हणजे आमचा वेळ पण छान जाईल आणि सगळ्यांची संवाद साधता येईल. मुनीवर म्हणाले आज्ञा असावी माता रखुमाई म्हणाल्या थांबा मुनीवर.

मुनीवर म्हणाले अहो माता मी इथेच आहे, तुमच्या आसपास अंशरूपाने त्या खेळण्यात वावरत आहे. माझा वावर कायम सगळीकडे असतो. आपण दिव्य दृष्टीने पाहावे आपला वेळ जाईल, प्रभू येईपर्यंत आपणास कंटाळा येणार नाही. लंच टाईम झाला होता. योगेश आपला डबा घेऊन मित्रांसमवेत जेवायला बसला; करपट वास आला, त्याने डब्यामध्ये पाहिले; भाजी जळलेली, पोळी करपलेली , असा डबा तो खाऊ शकत नव्हता की मित्रांना दाखवू शकत नव्हता. समोर असलेल्या डब्या मुळे कॅन्टींग मधून जेवण मागवू शकत नव्हता. भूक लागलेली होती, बायकोला कोणी नाव ठेवलेलं त्याला चालले नसते. सगळा दोष त्याचाच होता.

आठ दिवसापूर्वी त्याने लग्नाच्या वाढदिवसा दिवशी मानसी, त्याच्या लाडक्या बायकोला प्रेमाने स्मार्टफोन गिफ्ट केला होता. तो फोन नच त्याच्या मुळावर उठला होता. बायकोला काही बोलायची सोय नव्हती; लगेच माहेरी जाण्याची धमकी मिळत होती. आमच्या घरात कळीच्या फोनायण चे राज्य सुरू झालेले. परवा आईने फोन वर सांगितले; समोर सांगायला तिला भीती वाटत होती.' ती म्हणाली आज काल मानसीचे काही वेगळे चालले आहे काही बाधा वगैरे तर झाली नाहीये ना तिला झाली; असेल तर उपाय करावा लागेल. कधी हसत असते, कधी स्वतःशीच बोलते, हाक मारली तर रागाने पाहते, तिच्या अंगावर एकदम ओरडते, स्वतःमध्ये हरवलेली असते, कधी गप्प गप्प राहते, रुसून बसल्यासारखी वागते, मला आता तिची फार भीती वाटायला लागली आहे, लक्ष नाहीये घरात तिचे श्री च क्या डब्यामध्ये हल्ली बाहेर के पदार्थ जास्त असतात त्याचा होमवर्क पूर्ण न केल्यामुळे त्याला शाळेत शिक्षा झाली तसे त्याच्या डायरीत लिहून आले आहे,

त्याच्या शाळेतील कार्यक्रमाची तयारी अजून झालेली नाही; तो काळजीत पडलेला आहे. कालच गॅस संपलाय. गेल्या महिन्यापासून लाईट चे बिल येऊन पडले आहे, माझी औषधे संपली आहेत तेवढे येताना तूच आण आता. अशा बऱ्याच गोष्टी इकडे मानसीचे दुर्लक्ष झाले होते. त्यांच्या मुलाला त्याची पूर्वीची आई परत हवी होती, आईला घरातली कामे करणारी आणि सणवार परंपरा पाळणारी आपली सून परत हवी होती, मला माझी बायको पूर्वीसारखी वेगळी आणि बावळट असलेली लाडकी हवी होती पण मांजराच्या गळ्यात घंटा कोण बांधणार. आपण घेऊन गेलेला फोन वापरू नकोस किंवा थोडा बाजूला ठेव आणि कामाकडे लक्ष दे असं म्हणायची माझी छाती होत नव्हती. तिच्या अस्तित्वाचा प्रश्न येत होता, नुसतेच वाद वाढले असते, टोकाला गेले असते, मी हतबल झालो होतो. या कळीच्या फोन नारायणाने एक हसते खेळते कुटुंब उध्वस्त झाले होते.

नितीन काल डॉक्टर कडे गेला होता त्याच्या माने मध्ये चमक आली होती. फोन आला असता बाजुला थांबून घेण्यापेक्षा वेळ वाया जाईल म्हणून बाईक चालवत फोन माने मध्ये पकडून बाईक चालवत होता, फोनवर बोलत होता. त्यावेळी त्याच्या मानेत उसण भरली. अनिल मे सकाळी दोन हजार रुपये वाया घालवले. फोनवर बोलत कार नो एंट्री चालवत होता. असेच कोणी सिग्नल तोडत होते व पोलिसांना त्रास देत तोडपाणी करायला सांगत होते या फोनमुळे अनेक गुन्हे घडू लागले घटस्फोट होऊ लागले. सगळ्यामागे हा कळीचा नारद होता. सगळ्या वाईट घटना घडत होत्या याचे दोन फायदे सोडले तर बाकी नुकसानच करीत होता. आता तर ही नुकतीच लागलेली कळ होती अजून बरेच काही घडणार आहे या फोन नारायणा मुळे फोनायण. आपण आपले सावध राहिलेलं बरं, आपल्या घरात याला कळ लावायची संधी न दिलेली बरी; कारण आपल्या घरात पण आहे ना फोनायण.

16

फोनायण भाग २

मानव पुढारला आधुनिक गोष्टी लीलया हाताळू लागला. त्या वस्तू शिवाय त्याचे जगणे अशक्य झाले. इलेक्ट्रॉनिक्स क्रांती झाली. प्रत्येकाला फोन आवश्यक वाटू लागला. माझं काहीसं तसंच झालं. मला माहित होतं की; फोन मुळे ब्रेकप, डिवोर्स, भांडणे, अपघात, मानसिक आजार व गुन्हे होतात तरी मी माती खाल्ली. मला साधा फोन आवडेनासा झाला. म्हणून स्मार्ट फोन घेतला. बरं मी घेतला तर घेतला बायकोच्या प्रेमात तिच्या वाढदिवसाला गिफ्ट म्हणून स्मार्टफोन देऊन शेण ही खाल्लं.

एक दोन दिवस तिला त्यातले काही कळेना म्हणून बरे गेले. नंतर काय सांगू जेवणातली सगळी चवच गेली, भाजी करपली, भाताची खीर झाली, वरणात मीठ अधिक होते की मिठाचे वरण होते. ऑफिस मध्ये दुसऱ्या ची भाजी तोंडी लावत मी जेवण केले. संध्याकाळी घरी आलो तिला जाब विचारावा तर संध्याकाळी जेवणाची बोंब होईल अशी भीती वाटली. आईला डोकं दुखत आहे जरा कॉफी तरी दे असं म्हणालो. आतून आवाज आला दूध नाहीये घरात. अरेच्चा असे कधी झाले नव्हते. दूध नसले कि काय? आई तोंड फूगवून म्हणाली, "नासते कुठे वाया गेले". मी समजलो हा चौथा प्रताप आहे. रोजच नवीन गोष्टी घडायला लागल्या. हिची पाच मिनिटे कधी संपतच नव्हती, म्हणायची जरा कुठे फोन पाच मिनिटे हातात घेतला तर यांचे सुरू होते, कधी सासुबाई कधी

अजून कोण. माझ्या मनात मी ओळखून आहे सारे तुझे बहाणे ही ओळ नेमकी आठवली. मला वाटले होते नव्याचे नऊ दिवस पण ही चे नऊ दिवस नव्वद दिवसांचे झाले तरी आमचा वनवास संपेना. श्री च्या डब्यात बाहेरचे पदार्थ अधिक दिसू लागले त्यामुळे स्वारी खुश होती. श्री च्या आईची जागा मॉम ने घेतली होती. आई सोबत खेळणारा श्री हिरमुसला. त्याला आईशी शाळेतच्या गमती जमती शेयर करायच्या होता. होमवर्क कम्प्लीट होत नाही. डायरीच्या सूचना पाहिल्या जात नाहीत. आईचे ५ मिनिट कधी संपत नाहीत. एकदा श्री आजीला त्याची डायरी दाखवत काही सांगत होता. तिला काही समजेना. तिची औषधे संपलेली नेहमी सुनबाई आणून द्यायची. तिने श्री ला मला फोन लावून दे असं सांगितलं. त्याला तो जमेना. आज-काल सुनबाई ना हाक मारायची तिला भीती वाटत होती.

सतत फोनवर बोलत राहिल्याने सुनबाई अशक्त होऊ लागली जागरण होऊ लागलेलं. खाण्यापिण्याच्या वेळा बदललेल्या असं बरंच काही होऊ लागलेलं. त्यात आली चक्कर, ती घाबरली तिला वाटले खूप मोठा आजार झाला. खरं तर हे सारं फोन मुळेच होत होतं. मला वाटतं थोड्या फार फरकाने घरोघरी फोनच्या नारदमुनी ने थैमान घालायला सुरुवात केलेली. नारायण नाही आता कळीचा फोनायण झाला आहे.

17

नीर

मागील काही वर्षा पासून पाऊस कमीच पडत होता. दोन वर्षापूर्वी तर कहरच झाला होता. पाऊस फारच कमी झाला होता पाण्याची फारच कमी झाली होती. सगळ्यांना पाण्याची टंचाई जाणवत होती. सगळं जीवन पाण्यावाचून ठप्प झाले होते. ज्याच्या त्याच्या तोंडी फक्त पाण्याविषयी चर्चा चालू होती. टीव्हीवर पाण्याविषयी ची न्यूज. पेपर उघडला पाण्याविषयी लेख, ऑफिस, महिला मंडळ, बचत गट सगळीकडे एकच विषय पाणी आणि फक्त पाणी. गावाकडील चित्र फारस विदारक होते, विहिरीच्या कठड्यावर उभे राहून पाणी काढण्यासाठी कसरत करावी लागत होती, विहिरीत उतरून पाणी भरण्याचे कष्ट पडत होते. लहांगे जीव शाळा सोडून आपले बालपण विसरून पाणी भरण्यासाठी वण वण करीत होते, घोटभर पाण्यासाठी घोटभर पाण्यासाठी जीव जात होते. बायकांचा दिवस पाणी भरण्यासाठी संपत होता, खळग्यातले पेला पेला पाणी भरून कंबरडे मोडत होते, एका घागरी साठी डोकी फुटत होती, प्रेम आटत चालले होते. शहरात आम्ही सुखी होतो अशातला भाग नव्हता. पाणी कमी दाबाने आणि कमी वेळेत येत होते तेही फारच गढूळ असायचे. पाणी खाली यायचे, मजले चढून मजले चढून वर आणायचे ही एक कसरतच होती शिवाय भांडणे देखील होतच होती. कधी नव्हे तो पाण्यासाठी त्रास होत होता, नोकरी करावी की पाणी भरावे हा प्रश्न दैत्या सारखा समोर उभा असायचा. ज्याच्याशी कधी बोलणे नाही अशांना

मस्का मारावा लागत होता; कामवालीला खुश ठेवावे लागत होते. तिच्या पाया पडायचे बाकी होते.

असे तोंडचे पाणी पाण्याने पळवले होते. तशाच प्रकारे एकदम नोट बंदी झाली. आधी पाण्याची भीती मनाशी होतीच त्यात पैशाची भर पडली. सर्वत्र नोटबंदीची चर्चा होऊ लागली, काही खऱ्या काही खोट्या बातम्या कानावर येऊ लागल्या, कोणी मुद्दाम पसरवलेल्या, कोणी राई चा पर्वत केलेल्या अश्या, रांगा, फट फजिती, किस्से कहाण्या यांनी लोकांचे मनोरंजन हि होत होते. कुठे खरोखरच लोक, बाळ उपाशी झोपत होती, आईचे जीव तुटत होते, हातावरचे पोट उपाशी राहत होते, काटकसरीचा फायदा होत होता तर कुठे पंचाईत होऊन बसलेली. नवऱ्यांना नव्यानेच बायकांचे प्रताप कळत होते तर बायकांना नवऱ्याचे खरे स्वरूप कळत होते. पशुपक्षी भटकी जनावरे पाण्यासाठी तडफडत होती. गोठे अर्धे रिकामी होते. गाई गुरांचे मालक तीळ तीळ तुटत होते. शेतं वाळणीला लागलेली. सगळेच हतबल झालेले. लोकांचे खरे उत्पन्न कळत होते. शेजारी किती पाण्यात आहेत हे शेजाऱ्यांना नव्याने कळत होते, नव्याने नाती जोडली जात होती, कुठे नवीन नाती तुटत होती. कोणी सुखी, कोणी दुखी, कोणी घाबरलेले तर कोणी लबाड ठरत होते. सगळ्यांची कसोटी लागली होती. जशी पाण्याची भीती मनात रूजली तशी या नोटबंदीची रूजली. अशी पाण्याची भीती मनात रुजली होती तशी नोटबंदीची भीती रुजली. बायकांना हत्यार मिळालं नवऱ्यांना घाबरवण्याचा अजून काय काय घडेल याची भीती प्रत्येकाच्या मनात घर करत होती.

मी घरात एकटीच होते हे सारे माझ्या मनात आणि डोक्यात चालू होते, मनातील तणाव कमी होण्यासाठी मी समोर टीव्ही चालू ठेवला, टीव्हीवर गाईड सिनेमा चा शेवटचा वाळवंटाचा सीन पाहात विचार करत होते. उकाडा जाणवू लागलेला. थकव्याने माझा डोळा लागला; एक भयानक स्वप्न मला पडले त्यात नोटबंदी आणि पाणीटंचाई याचे मिश्रण झाले होते. पाण्यासाठी रेशनिंग झाले, पाण्याचा कोठा जाहीर झाला. अधिक पाणी भरल्यास इन्कम टॅक्स सारखी धाड पडली. पाणी जप्त करण्यात आले. मी सोने देऊ केले, जमीन फ्लॅट देऊ म्हटले. त्यांना

फक्त सुट्टे पन्नास दहा शंभराच्या नोटा हव्या होत्या, पैशा सारखी पाण्यासाठी एटीएम मशीन सुरू झाली. पाणी संपले, पैसे संपले. लोक एकमेकांना मारू लागली. वैरी मित्र झाले. पोलीस अधिकारी आपला अधिकार दाखवू लागले. सगळीकडे हाहाकार माजला. नवरे बायकांच्या पाया पडत होते; कारण बायकांचे नेटवर्क कायम पावरफुल. कुठे आहे पाणी आणि कुठल्या एटीएम मध्ये आहेत पैसे हे त्यांना लागलीच कळत होते. त्यांची अफलातून अक्कल हुशारी, काटकसर आणि स्वतःची पर्सनल बँक पाहून नवरे गुलाम होत होते. नव्याने बायकांच्या प्रेमात पडत होते. बायका विजेत्या प्रमाणे वावरत होत्या. घरात फ्रिज मध्ये शेवटच्या दोन गार पाण्याच्या बाटल्या होत्या. बेल वाजली, चोर घरात शिरले सगळीकडे सुट्टे पैसे आणि पाणी शोधू लागले. माझं कोणी ऐकेना; आता माझा नातू शाळेतून येईल त्याला पाणी राहू द्या अशी मी त्यांना विनवणी करीत होते. ते मला दरडावत होते आणि त्या बाटल्या घेऊन ते जात होते. मी विनवणी करीत होते मला ते ढकलत होते. मी गया वया करीत होते. दारावरची बेल वाजत होती. मी स्वप्नात घाबरलेल्या अवस्थेत अर्धवट गुंगीत होते. काय खरे काय स्वप्न मलाच कळत नव्हते. त्यामुळे मी काहीच प्रतिसाद देत नव्हते. दाराच्या थापा वाढल्या. बाहेरून कोणी हाका मारीत होते. शेवटी अभय स्वतःच्या चावीने दरवाजा उघडला. श्री दरवाजा उघडून आत आला. मला अशा अवस्थेत पाहून अभय घाबरून गेला. पळत जाऊन त्याने पाणी आणले तोंडावर पाणी शिंपडून आई आई हाक मारत होता. मला आता कळले की मी जे अनुभवत होते ते एक स्वप्न होते. त्या स्वप्नाची कटुता मला विचार करण्यास भाग पाडत होती. नातू घाबरून उभा होता, त्याला मला काही दाखवायचे होते, त्याच्या शाळेत वृक्षारोपण करण्यास दिलेले एक रोप त्याच्या हातात होते. तो मला धीर देण्यासाठी म्हणाला, "आजी घाबरू नकोस; चल आपण हे झाड लावू झाडे लावल्यावर पाऊस पडतो असं टीचर म्हणत होत्या."

18

मुक्ती

गावच्या कॉलेजात शिक्षण पूर्ण करून रवी पुण्याच्या एमआयडीसी भागात नोकरीसाठी भटकत होता. मित्राच्या खोलीवर राहत होता. फक्त शिक्षणावर नोकरी लागत नव्हती, लागली तर पगार कमी होता. कॅम्पुटर किंवा तांत्रिक डिप्लोमा घ्यावा तर चांगली नोकरी लागेल असं प्रत्येक जण म्हणत होतं. त्याने तसंच करायचं ठरवलं. गावाकडून कोर्ससाठी पैसे आणावा लागणार होते. दरवर्षी शेतीचे उत्पन्न घटत होतं. आता घरी पैसे मागायचे ते शेवटचेच असा स्वतःचा त्याने ठरवले. कोर्सनंतर छोटे-मोठे काम करत आपला खर्च भागवून मित्राला थोडी घर भाड्यासाठी रक्कम द्यावी यासाठी तो हात गाडीवर मदतनीस म्हणून काम करायचा. दोन-तीन महिने झाले असतील. एक म्हातारी आजी त्याला बस स्टॉप वर रडताना दिसली. ती प्रत्येक आळंदीची बस पाही आणि तिथेच बसले. दोन दिवस त्याने तिला वडापाव खाऊ घातला. तिची विचारपूस केली. मुलाने बायकोच्या कटकटीमुळे आपल्या आईला आळंदी ला नेतो म्हणून आळंदी बस मध्ये बसवले आणि पुढच्या दाराने तो उतरून आपल्या गावी निघून गेला. म्हातारी त्याची वाट पहात सगळ्यांना विचारायची. चांगल्या घरची वाटत होती. दोन नातवंडांची आठवण काढायची, डोळ्याला पदर लावायची, तिथेच पुलाखाली थंडीवाऱ्यात अंगावर एक लुगडं घेऊन झोपायची, कोणी खायला दिले तर खायची, आता आपला योग आता आपला आपल्याला न्यायला

येणार नाही. काहीतरी काम करावे लागणार म्हणून हात गाडी वर काम मागायला आली. गाडी मालकाने भांडी धुवायचे काम दिले. एक-दोन फाटकी वाकळ अंगावर घ्यायला आणून दिली. गाडी फक्त संध्याकाळी लागायची. दिवसभर काय? भीक ती मागायची नाही. रवी ने तिला फळ विकणार का मी आणून देतो सर्व. आधी ती तयार नव्हती. थोडा वेळ विचार करून पैसे परत घेण्याच्या बोलीवर तयार झाली. सकाळी बाजाराजवळ ती टोपली घेऊन बसायची. संध्याकाळी गाडी जवळ टोपली घेऊन बसत असे आणि मधून मधून भांडी घासत असे. असे तीन-चार महिने झाले. रवीच्या आईने त्याला मुलगी पाहायला गावाकडे बोलवले; गावी आलेल्या रवीने आपल्या आईला आजीबद्दल सांगितले. कोर्स पूर्ण झाल्यावर त्याला चाकणला नोकरी लागली. इथला मुक्काम तिकडे न्यावा म्हणून स्वतःचीच रूम आपण भाड्याने घेऊ असे पण लग्न झाल्यावर घ्यावीच लागणार होती. मग आत्ताच घेऊ म्हणून नोकरीवर रुजू होताच तिथल्या मित्रांना त्याने रूम शोधायला सांगितले. दोन दिवसांनी संध्याकाळी त्या आजीला येऊन तो भेटला. तिने दोन फळे त्याला कापून खाऊ घातली. त्याच्या डोक्यावरून हात फिरवत माया केली. त्या दोघांची चांगली गट्टी जमली होती. आजी पण त्याला नातवा सारखं पहायची. रवी म्हणाला आजी माझ्या घरी माझ्याबरोबर राहशील ना. थोडा वेळ गप्प बसलेली आजी रडत म्हणाली, गेल्या जन्मीचा माझा बाप हाय बा तू म्हणून तुझी माझी गाठ त्या भगवंताने घडवली. तुला कसं नाही म्हणायचं. पोटच्या लेकाने सोडला दुसऱ्या धर्माच्या लेकाला धाडलं. थोडा वेळ बसून गावी जातो लग्न करून तुझ्या सुनेला आणतो मग तुला न्यायला येतो म्हणत रवी गावी गेला.

पंधरा दिवस गावी राहून तो नव्या घरी बायकोला घेऊन आला. सर्व नीट आवरून दोन दिवसाने आपल्या गाडीवाल्या कडे गेला. त्याला आजी दिसली नाही. त्याला वाटले मुलगा येऊन घेऊन गेला असेल. गाडीवाला पण तिथे नव्हता. दुसरीच गाडी तिथे होती. त्याने त्या गाडीवाल्याला त्या आजी विषयी विचारले. तो म्हणाला आता आला शोधायला तो गाडीवाला त्याला उलट-सुलट बोलू लागला. एक म्हातारं माणूस संभाळता येत नाही तुम्हाला मरायला सोडलं, आता काय शोधताय.

रवी म्हणाला बाबा मी त्या म्हातारीला शोधतोय काही माहिती असेल तर सांगा. तो म्हणाला ती म्हातारी कोणाची तरी वाट पाहात होती. माझा लेख माझा लेक येणार हाय असं म्हणायची, रोज टोपलीत दोन फळ राखून ठेवायची. मागितली तर म्हणायची माझा लेख त्यासाठी ठेवलीत. देवाने धाडले ला लेक हाय माझा. आठ दिवस थंडी ताप अंगावर काढलेला. दवाखान्यात कोण नेणार. परवालाच पालिकाची गाडी येऊन बॉडी घेऊन गेली. जायच्या आधी तिने टोपलीत फळे ठेवलेली. ती माझ्या लेकाला तेवढी द्या असं म्हणाली म्हणून आतापर्यंत सांभाळून ठेवली होती. आता खराब होतील म्हणून उद्या फेकणारच होतो. आजीची शेवटची इच्छा होती म्हणून सांभाळली बघा. आता ती घ्या तुमच्याजवळ आणि मुक्ती द्या त्या आजीला वरून आशीर्वाद देत असेल.

19

मी अशीच

माझ्या घराची वास्तु पुजा होती, घर पाहुण्यांनी भरलेलं. सकाळी सहाचा पूजेचा मुहूर्त म्हणून सर्व तयारी करीत रात्री उशिरापर्यंत जागे होते. माझी आई माझ्या काळजीपोटी जागी होती. रात्री दोन वाजता बाहेर आरडाओरडा ऐकू आला म्हणून मी दरवाजा उघडून बाहेर पाहू लागले. क्षणभर बाहेरचे दृश्य पाहून भीतीच वाटली. एक इसम हातात नंगि तलवार घेऊन जीप मधून उतरून वरच्या मजल्यावर पाहून अर्वाच्च शिव्या घालत होता. बहुतेक वरच्या मजल्यावर नवीन आलेल्या जोडप्याला संबोधून बोलत होता असावा. आमच्या कार्यक्रमात कोणती विघ्नं आणि उगाच पोलिसांचा ससेमिरा नको म्हणून धीर करून त्याला मी विचारले, तुझे इथे काय काम आहे आणि एवढ्या रात्री इथे काय करतोयस; त्याने मला उलट उत्तर दिले उडवाउडवीची भाषा करु लागला; तुमचा काहीही संबंध नाही तुम्ही उगीच मध्ये पडू नका, ती मुन्नी आणि मी काय ते पाहून घेऊ. ती मला सोडून येथे आली आहे. मी तिला न्यायला आलोय नीटपणे आली तर ठीक नाहीतर गेमच करणार तिचा. त्याचे विचार ऐकून मला अंदाज आलाच की काहीतरी लफडं आहे. अशा वेळी नक्की खून मारामारी होतेच. मला माझ्या घरची आणि पाहुण्यांची चिंता होती.

दहा मिनिटासाठी तो कुठेतरी गेलेला पाहून त्या पोरीला खाली आणून आमच्या बेडरूममध्ये मी लपवले. ती बिचारी भीतीने थरथरत

होती. तिचा नवरा नेमका त्याच्या आईकडे मुलाला घेऊन गेला होता. म्हणून एक बरे झाले. तिच्या घराची चावी घेऊन मी तिच्या दरवाजा उघडा ठेवत मुद्दाम एक-दोन जिन्नस आणत एक दोनदा वर खाली केले. तासभर असाच गेला शिव्या देऊन तोही थकलेला दिसला; त्याचा जोर थोडा कमी झालेला दिसला, परत थोडा धीर करून मी त्याच्या पाशी बोलायला गेली. त्याला वरच्या मजल्यावर लोक नाहीत ते त्यांच्या आईकडे गेलेले आहेत ही बघ चावी माझ्याजवळ आहे. मला जास्तीची जागा हवी म्हणून त्यांनी त्या रुमची चावी मला दिली आहे. बाबा तू आता येथून जा. उगाच इथे आरडाओरडा करू नकोस. ते लोक आले म्हणजे येऊन तुमचा मॅटर सॉर्ट आउट कर. पण आता तू इथून जा. आमच्या घरी कार्यक्रम आहे उगाच आम्हाला त्रास देऊ नकोस. तुझ्या हातात हत्यार आहे आणि तू दारुही प्यायला आहेस नाहीतर मी पोलिसांना फोन करून येथे बोलावून घेईन. त्यालाही माझे म्हणणे पटले म्हणून तो तिथून निघून गेला. तो गेल्याची खात्री झाल्यावर त्या पोरीला सकाळी चहा नाश्ता देऊन तिथून सुरक्षित स्थळी जाण्यास सांगितले. माझ्या मनावरचे दडपण दूर झाले. आमचा कार्यक्रम पार पडला. सगळे पाहुणे रवाना झाले. सगळं मार्गी लागल्यावर त्या घटनेचा विचार मनात आला. केवढा मोठा अनर्थ घडला असता; बरं सगळं निभावलं दुसऱ्या दिवशी संध्याकाळी तिच्या नवऱ्याने सारे सामान नेले. माझे तोंड भरून आभार मानत होता तो सारखा. तुमच्यामुळेच माझी बायको वाचली कोण करतं आजच्या जमान्यात लोकांसाठी एवढं जाताना बिचारा पाया पडला.

माझी आई हे सारे पाहत होती. नंतर मात्र तिच्या तोंडाचा पट्टा सुरू झाला. त्या मुलाने तुला मारले असते, काही केले असते, तर आम्ही काय करणार होतो, असं कोणासाठीही तू आपला जीव धोक्यात घालवायला तुला मी एवढी मोठी केली का? आपल्या आईचा पण विचार तुझ्या डोक्यात आला नाही का की स्वतःच्या मुलांचा विचार डोक्यात आला नाही का, खुशाल त्या पोरीला खाली आणून लपवून ठेवले आणि गेली झाशीची राणी बाहेर लढायला. मला माझ्या आईची काळजी कळत होती. म्हणून मी गुपचूप ऐकून घेतले. बऱ्याच वेळाने ती शांत झाली. आतून

मीठ मोहरी आणून तिने माझी दृष्ट काढली. वर परत तंबीही दिली. घरी जाताना पुन्हा मी तिचा ओरडा खाल्ला. आई गेल्यावर मी सर्व घर आवरून बसले होते. तोच ती मुन्नी दारात उभी तिला पाहून मनात धस झाले पटकन माझी नजर रस्त्यावर गेली. तो प्रसंग ताजा झाला. नाही काकू नाही बाहेर कोणी ती म्हणाली माझ्या भावाने दिले त्याला समज. त्याच्याशी माझे लग्न झाले होते. तो मला खूप त्रास द्यायचा. मारायचा देखील व्यसनी आणि गरम डोक्याचा माणूस आहे तो. म्हणून शेवटी आमचा घटस्फोट झाला तरी घरी चल तू दुसरं लग्न कसं केल, मी ते मानत नाही, मी तुझा नवरा आहे आणि मिच राहणार. नाहीतर तुला जगू देणार नाही. आम्ही पोलिस कंप्लेंट केलेली आहे. त्याच्यामुळे आता हे घर आम्हाला बदलावे लागणार. आमच्यामुळे तुम्हाला नाहक त्रास झाला. तुमच्या मुळेच आज मी सुरक्षित आहे. तुमचे उपकार जन्मात विसरणार नाही. माझ्या आईवडिलांनी पण तुमचे उपकार मांडलेत. अगदी देवासारख्या तुम्ही धावुन आलात.

काकू कधी आमची मदत लागली तर हक्काने सांगा. अगं त्यात काय एवढं मोठं उगाच मला तुम्ही मोठेपणा देत आहात. उपकार वगैरे काय बाई कोणालातरी माझी मदत झाली इतकच. पण तू बाई जरा सावध राहा. अशी एकटीच घरात थांबत जाऊ नकोस. घडलेला प्रसंग सगळे विसरले पण माझी आई विसरली नाही. नेहमी मला दुसऱ्यांच्या काळजी सोबत स्वतःची काळजी घे म्हणत राहिली. कारण तिच्या मुलीला ती पुर्ण ओळखत होती. तिला माहीत होते की मी इथेच थांबणार नाही. वेळ आली तर परत परत जीव धोक्यात घालून लोकांना मदत करायला धावणार.

20

सिक्स सीटर

कामानिमित्त मला एका ठिकाणी जायचे होते. सकाळी घरून चालत बस स्टॉप वर आले, दुरूनच बस जाताना दिसली आता अर्धा तास कोण थांबणार म्हणून सिक्स सीटर म्हणजेच टमटम च्या दिशेने गेले. बस जाताना पाहून टमटम चा चालक पुढे येऊन ठिकाणांचे नाव घेऊन ओरडत होता. एकामागे एक सिक्स सीटर उभ्या होत्या. त्यांचे चालक एकत्र येऊन निरर्थक गप्पा मारीत होते. कोणी समोरच्या टपरीतुन भजी वडे पाव मागवले आणि खात होते. चहासोबत त्यांचा आपला दंगा चालू होता. कुठल्याही फालतू गोष्टीवर चर्चा करायची, कोणाचीही टिंगल करायची, आणि दात विचकत फिदीफिदी हसायचे. तोंडात गुटख्याचा तोब्रा नाहीतर तंबाखू ची गोळी मध्येच गालातून काढून हातानेच टाकायचे. त्याच हाताने खायचे. बघून किळस वाटत होती. एकाने तर पचकन रस्त्यावर गुटख्याची पिचकारी मारली. ओरडणारा चालक टमटम कशी भरेल ते पाहत होता. सांगत होता दहा मिनिटात निघेल, वीस मिनिटे झाली. तोपर्यंत त्याचे दहा मिनिटे चालू होते. दोन कॉलेज तरुणी आल्या. मधल्या सीटवर बसल्या. आडव्या सीटवर एक दोन इसम बसले. नंतर एक भांडेवाली बाई कपड्यांचे बोचके घेऊन बसली. एक दोन तरुणही बसले. मुलींना खेटून दोन मध्यमवयीन बसले आणि त्यांचा एकमेकांना टाळ्या देणे चालू झाले. मधल्या सीटवर त्या मुली, त्यांच्या दोन्ही दाराकडे मध्यम वयीन मागे, ती तरुण मुले व ती

भांडेवाली बाई आणि दोघेजण. एक म्हातारी नातवाला घेऊन बसली. चालकाच्या बाजूला दोन्हीकडून दोघे बसले. गच्च भरलेली टमटम समोरून उचलून मागे पडेल याची भीती मला वाटली. मी मागेच बसले होते. ६ आसनी १२ आसनी झाली. मला वाटले रिक्षावाला टपावर पण लोकांना बसवेल काय भरोसा. रिक्षा कशी हा माझा विचार त्याने बरोबर ओळखला. वाकडातिकडा होत तो दोघांच्या मध्ये बसला. एकदाची टमटम सुरू झाली.

त्या मुलींना कोपरे लागू लागले. माझ्या पायावर त्या बाईचे बोचके पडू लागले. त्या आजी चा नातू रडायला लागला. ती मुले रिक्षा नीट चालवण्या साठी ओरडू लागली. पाठीमागे बसणे कठीण वाटत होते. चालक वाकडी तिकडी चालवत होता. त्याचे अर्धे लक्ष मोबाईल मध्ये होते. आजीचा नातू उलटी करण्याच्या तयारीत होता. मागून आजी चालकावर खेकसली. मुडद्या नीट चालवं गाडी. पोरग वकाया लागलं. मध्ये बसलेल्या एकाचा नको तिथून आवाज निघाला. पोरी कावऱ्याबावऱ्या झाल्या. तो मान वळवून अंग चोरू लागला. त्याचा कोपरा लागणे बंद झाले, मनात म्हणाला असेल चान्स गेला. वडापावणे धोका दिला. भांडीवाली च्या पाटीतील भांडी इकडे तिकडे लोकांच्या पायावर पडू लागली. ती पण त्या चालकावर ओरडली. मागची दोन मुलं उतरली. दुसरा एक इसम त्याच्या हातात मिरचीचे पोते घेऊन बसला. त्यामुळे लोकांना शिंका येऊ लागल्या. शिंकताना विचित्र आवाज पण येऊ लागले. पोरी उतरल्या, त्यांच्या जागी दोन महिला बसल्या. त्यांचं काही बिनसलं होतं, त्या आपसात भांडत होत्या आणि एकमेकींच्या भांडणात इतरांना घेत होत्या. लोकही हो ना करता त्यांच्यात नकळत सामील झाले होते. मला सगळ्याचा उबग आला होता. कपड्यांचा बोचका, कधी भांडी पडून पाय दुखायला लागला. म्हातारी मधून मधून वाकून उभी राहून चालकाला ओरडत होती. थोड्यावेळाने नातवाला घेऊन म्हातारी उतरली. पैसे द्यायला काकू करीत भांडत अडून बसली. कसेबसे तीस चे पंचवीस रुपये दिले. वीस-पंचवीस मिनिटाच्या प्रवासाला पाऊन तास लागला. उशीर होतोय म्हणून माझा जीव टांगणीला लागला, मी मेटाकुटिला आले कधी हा प्रवास संपतोय असे

मला झाले.

सहा आसनी ला स्वतःच्या फायद्यासाठी बारा आसनी करून लोकांच्या जीवाशी आणि वेळेशी खेळ खेळ करणारा चालक निर्लज्जपणे आपल्या बेकायदेशीर धंदा करीत होता. चूक आपलीच होती आपणच त्याच्या वागण्यास मदत करीत होतो. त्याला आपण सहन करत होतो, मुली रोज असे प्रकार सहन करीत असतात, रस्त्यावर अशा लोकांमुळे होणारे अपघात तर चालक सहन करीत असतात. हे सारे सहजपणे घडते. रोजच्या जीवनाचा भाग बनून राहिले आहे. सहन करून शेवटी व्हायचा तो उशीर झालाच. काम तर झाले नाही शिवाय त्या चालकाच्या अर्वाच्च शिव्या कानावर पडल्या, पायाला दुखणे झाले, मनस्ताप झाला नुसता.

बरेच महिने झाले मी सारे विसरून गेले. मुंबईवरून परतायला रात्रीचा एक वाजला, एसटीतून उतरल्यावर रस्त्यावर चिटपाखरू देखील दिसत नव्हते. मन घाबरत होते; घरी जायला अर्धा तास लागणार होता त्यासाठी रिक्षा मिळणं गरजेचं होतं; मी पोलिस स्टेशनच्या बाहेरच उभी होते त्यामुळे बाकी कुठली भीती नव्हती. एक रिक्षा येताना दिसली त्याला मी राहते ते ठिकाण विचारले, त्याला तिथे जायचे नव्हते तो निघून गेला. परत मी इकडे तिकडे पहात राहिले, एक रिक्षा दिसली पण त्यात कोणीच नव्हते, चालकाने मला विचारले; ताई तुम्हाला कुठे सोडायचे तर चला खूप रात्र झालीये मी सोडतो. त्याला मी पैसे विचारले, त्याने भाड्याचे होतात तेवढेच द्या, कुठलेही जादा पैसे मागितले नाहीत. अगदी देवासारखा आला तू माझ्यासमोर असं मला वाटलं. वाट वाकडी करून त्याने मला घर पर्यंत सोडले. घर पर्यंत सोडायला त्याला विरुद्ध दिशेला यावे लागले होते. मी त्याला जादाचे पैसे देऊ केले, त्यांनी ते घेतले नाहीत. रस्त्यावर उतरून मी एकटीच घर पर्यंत चालणार होते. त्यामुळे त्याने मला घर पर्यंत आणून सोडले. सगळेच रिक्षावाले वाईट नसतात हे त्याने मला त्याच्या कृतीतून दाखवून दिले. इमानदारीने ही धंदा करता येतो हे मला कळले. एका अनोळखी भावाने रिक्षाने एका बहिणीची रक्षा केली, मी देवाजवळ त्याच्यासाठी आशीर्वाद मागितला.

21

माझे काकपुराण

कावळा म्हटलं की आपल्याला मनात नेहमी विचार येतो तो पितरांचा; काहीसं माझ्याही बाबतीत असेच घडले. मुलगी गंमतीने म्हणाली अगं आई तू काय आता कावळा बनूनच माझ्या घरी येणार आहेस का? अस ती म्हणताच मी खरोखरच विचारात पडले.

कन्यादान करून मुलगी विदेशी गेली, आम्ही मात्र मनाने कायम दुखी झालो, एका वेळी वाटायचे छान झाले मुलीचे तिच्या मनासारखे झाले, पण आम्हाला ती येईल तेव्हाच भेटेल आम्ही काही जाऊ शकणार नाही, पासपोर्ट तर काढला होता पण जायला लागणारे चलन आमच्यापाशी नव्हते; आम्ही पडलो मध्यमवर्गी इतके धन कुठून आणणार, साठवलेले ते कितीसे पुरे पडणार; ते जरी वापरले तर येणाऱ्या संकटांचा काय, असे सारे प्रश्न तोंड आवासून उभे राहायचे. लग्नाला आठ वर्षे झाली तरी मुलीचे घर पाहिले नव्हते.

एकदा फोनवर बोलत असताना ती म्हणाली आई दोन मुले झाली. तरी तू अजून माझं घर पाहिलं नाहीस. आता काय कावळा बनून येतेस काय. तिचं ते सलत असणारे दुःख मला जाणवले. जीव खालीवर झाला तिला आपल्या आई तिच्या घरी यायला हवी होती, तिच्या आईने तिचे कोड कौतुक करायला हवं होतो. आपल्या घरा विषयी तिचं मत जाणून घ्यायचं होतं. आईची शिकवण तिने दिलेले संस्कार ती नीट पाहते की नाही, घर नीट संभाळते की नाही, हे सारं तिला आईला दाखवायचं होतं.

नुसतं घर दाखवायचं नव्हतं तर तिचा सुखी संसार पाहून तू समाधानी हो हा त्याचा अर्थ होता. मला हे ही कळले म्हणून मग मी तिला येण्याचे वचन दिले. तिला माहीत होतं की मी वचन कायम पाळते, ती आश्वस्त झाली. स्वप्नात रंगू लागली माझ्या एका वाक्याने तिला इतका आनंद दिला.

कावळा म्हणजे आपले पित्तर कावळ्याच्या रूपात येऊन जेऊन जातात असा समज, पितृपंधरवड्यात किती महत्त्व त्या कावळ्यांना; लहानपणी आईला शिवता यायचं नाही, हात लावता यायचा नाही म्हणायची कावळा शिवला. मी म्हणायचे कधी शिवला तुला कावळा, मी तर नाही पाहिला. त्यामुळे अंगणात बसून मी येणाऱ्या कावळ्याला दगड मारायचे. मला कायम भीती वाटायची, मला कावळा शिवले तर आजी मला पण घराबाहेर बसवेल, मग मला खेळायला मिळणार नाही. आजी नेहमी कावळ्यांना खायला ठेवायची; ती म्हणायची ये रे बाबा तुझा घास खाऊन जा. तिच्या मनात आजोबा जेवायला यायचे. पितृपंधरवड्यात कावळ्यांची कोण मनधरणी, त्याने खाण्यासाठी किती प्रण आणि वचन देतो. किती प्रभाव पडतो आपल्याला त्याच्या खाण्या नं खाण्याने, खाल्लं तर खूश नाही खाल्लं तर आपण दुःखी होतो. याच कावळ्याने मला लेकी कडे जायला भाग पाडले.

तिची आई तिला जिवंतपणे तिच्या घरी यायला हवी, कावळा रुपी नाही म्हणून तिने विजा आणि तिकिटाची तयारी केली. तिच्या बॅक यार्ड मध्ये रोज एक कावळा यायचा तिच्या खिडकीतून डोकावून पाहायचा तिला, मी त्याला रोज खाणे देण्यास सांगितले. पुढच्या बाजूस नेहमी पाण्याचे भांडे पक्षां साठी ठेवण्यास सांगितले. तिथे दोन कावळे यायचे पाणी प्यायचे, कुठून तरी ब्रेडचा तुकडा आणून त्यात बुडवून भिजवून खायचे. आणि नंतर चोच मारून ते भांडं उलटून टाकायचे. लेटर बॉक्स मधील पेपर चोच मारून काढायचे, असे हे खोडीला कावळे त्यांना काय करायचं होतं त्या पेपरांचे, असे स्वार्थी कावळे स्वतःचं पाणी पिऊन झाल्यावर ते भांडे उपडे करून टाकत. असं ते नेहमी जाणून बुजून करत, या कृतीला काय म्हणायचे; त्यांचा खोटेपणा.

डोकेबाज कावळ्याची गोष्ट आपण ऐकली आहे, खडे टाकून पाणी पिण्याची. तो ओरडला की पाहुणे येतात, त्याचा तो कर्कश आवाज त्यावेळी आवडतो, एरवी त्याच आवाजाची डोकेदुखी होते, कधीकधी झोपमोड होते, कावळ्यांना खायला दिल्यास शनिदेव प्रसन्न होतात, कावळ्यास भात खायला द्यावा म्हणजे आपले पितर दोष कमी होतात. कावळ्यांना बुंदी खायला दिल्यावर समृद्धी येते, कावळ्यांना नमकीन खाण्यास दिल्यावर आपले पितर खुश होतात, आपल्याला आशीर्वाद देतात. आता यात काय खरे आणि काय खोटे पण असा समज आहे खरा. कावळ्यावर सुरु झालेले विचार कावळ्या वरच संपणार होते कधीनाकधी.

22

पाव (ब्रेड)

निदा झोपेतून उठली, ग्लासात पाणी घेऊन चूळ भरून तोंड धुतले. चुलीपुढे ठेवलेला चहा आणि पाव तिने खाल्ला. ओसरी वर येऊन खेळू लागली, थोडा वेळ खेळून जमेल तसं घर अंगण झाडून साफ केलं. मळके कपडे घेऊन दगडावर आपटून धून वाळत घातले. परत काचा घेऊन एकटीच खेळू लागली. शेजारच्या सखुबाईने एकदा येऊन तिची विचारपूस केली. भूक लागली तर घरी जाऊन भाकरी खा. असं म्हणाली स्वतःशीच पुटपुटत ती आपल्या कामाला निघून गेली. दुपारनंतर निदाला कंटाळा आला. ती सारखी सारखी पाय वाटेपर्यंत जाऊन यायची. तिला आपल्या अब्बाची आठवण येऊ लागली. आता पर्यंत तो यायला हवा होता. वेळ जसा सरकत होता तसा तिचा धीर सुटत होता. तिला खूप भूक लागली होती. घरात फक्त एक सुकलेला पावाचा तुकडा होता. तोच तिने खाल्ला तेवढ्याने तिचं पोट भरलं नाही. म्हणून ती अजून खायला शोधू लागली, फळीवर तिला अजून एक सुकलेल्या पावाचा तुकडा दिसला; तो तिने पाण्यात भिजवून खाल्ला. परत पाय वाटे कडे जाऊन रडत बसली. सखूबाईला ती रडताना दिसली, तिला कळले रफिक भाई अजून आलेला नाही. तिच्या मनात शंकेची पाल चुकचुकली तिने देवाला साकडे घातले नको बाबा छोट्या जीवावर अजून संकट टाकू.

पंधरा दिवसापूर्वी २-२ दिवसाच्या अंतराने आजी, आजोबा आणि अम्मी त्या महारोगाने गिळले होते. रफिक साड्या विकायचा गावोगाव

जाऊन आठ दिवसाने परतायचा. त्याचं काम त्या रोगाने बंद पडले. खायला काहीच नव्हते दोन दिवस उपास मार झाली. उपाशी मुलगी त्याला पाहवली नाही म्हणून हातापाया पडून एका बेकरीत पाव विकण्याचे काम मिळवलं. सायकल वर घरी घरी जाऊन पाव विकायचे होते; तो पहाटे आपल्या लेकी साठी विस्तवावर पेल्यात चहा आणि कागदात पाव ठेवून जायचा. आठ वर्षांच्या निदाला घरात एकटं सोडून जायचं त्याच्या जीवावर येत असे. पोट तर भरावाच लागणार होतं.

तसा तो आजही सकाळी निघाला, पाव विकून थोडी कणकण जाणवली म्हणून तो गावातल्या सरकारी दवाखान्यात गेला, त्यांना तिथे भरती करण्यात आले याची काळजी त्याला वाटू लागली. वाटेकडे डोळे लावून बसली असेल, कसं काय करू तिला कसं समजेल. बाहेर सगळं बंद झालेलं. विचार करून डोकं फुटायची वेळ आली. गावांनी वेस अडवली. शहर आणि गावाचा संपर्क तुटला. अख्ख्या जगाचं एकमेकांशी नातं तुटलेलं, एक एक माणूस घरात बंदिस्त झालेला. मदत तरी कोण कोणाची करणार.

सखुबाई ची कामे सुटली, घरातल्या शिलकी वर दिस काढायची वेळ आली. त्यात ती निदाला सांभाळू शकत नव्हती. दोन दिवस कसेबसे ढकलले नंतर तिने तिच्या शहरा लगतच्या गावातल्या मावशीला कसा तरी निरोप दिला. ती आली निदाला घेऊन घरी गेली. अजून एक खाणारं तोंड आणलं म्हणून तिचा नवरा तिला मारायला उठला. बिचारी पोर कोपऱ्यात घाबरून थरथरत होती. इथं आपल्याला खायला मिळेना आणि ही निघाली समाजसेवा करायला. त्यांची भांडणे सुरू झाली. तिच्या मावस भावंडांना ते नवीन नव्हतं. त्यांनी तिचा हात धरून बाजूला नेऊन तिच्यासोबत खेळू लागले.

ती आलेल्या गावात शहरातून मदतीचे हात पोहोचू लागलेले. काका तिची माहिती काकुळतीने लोकांना सांगायचा त्यामुळे त्याला भरपूर मदत मिळू लागली. त्यांच्यासाठी ती भाग्यवान ठरू लागली. पंधरा-वीस दिवसात मावशीचे घर बऱ्यापैकी सुधारले. रफिक दवाखान्यातून बाहेर पडला, त्याने तडक घर गाठले. सखूबाईने त्याला सारं सांगितले; निदा ठीक आहे, सुखरूप आहे म्हटल्यावर त्याने आपले कामाचे काय

ते पाहायला सुरुवात केली. थोडे हात-पाय मारल्यावर कडधान्याच्या गोदामात काम मिळाले. सकाळी दोन तास तेवढं ते काम होते. अजून काम शोधावं लागणार होतं. संध्याकाळी दोन तास भाजी पोहोचवण्याचे काम मिळाले. दिवसभर काढलेली भाजी संध्याकाळी शहरात न्यायची होती. एवढं काम करून हाताला काहीच मिळत नव्हते. काम कमी आणि मजूर जास्त होते. त्यामुळे काम कधी मधी मिळायचं. रात्री निदाला कोणाकडे ठेवायचे म्हणून त्याने तिला आणायची घाई केली नाही. आपल्या बेकरीचे काम व्यवस्थित सुरू झाले की पाहू. तोवर असंच काढू दिवस म्हणता म्हणता सहा महिने चे नऊ-दहा महिने झाले.

मुलीला लोकांकडे जास्ती दिवस ठेवणे त्याला रास्त वाटेना. जे होईल ते पाहू म्हणून रफिक निदाला आणायला गेला. निदाच्या जीवावर मिळणाऱ्या मदतीबद्दल एक शब्द न काढता; राहू द्या तिला इथेच माझ्या मुलांबरोबर खेळते खाते, आईविना पोर तिकडे सुकून जाईल. परत तू कामाला गेल्यावर एकटी पडेल, कोण पाहिल तिला मग कशाला न्यायचं आहे तुला तिला. राहुदे इकडेच असं त्याची मेहुणी म्हणाली. कधी न बोलणारा साडू पण गळ घालू लागला. राहू दे इकडे म्हणू लागला. रफिक म्हणाला नको दीदी माझी पोर माझ्याजवळ बरी; तिच्या शिवाय माझं कोण आहे, आता आम्ही दोघं संभाळू एकमेकांना.

मावशी चे मन तिला सोडायला तयार नव्हते. तिला तिचा लळा लागला होता. तिला नवऱ्याच्या शिव्या आणि मार परत खावा लागेल ही भीतीही वाटत होती. तरी, तिने तिची पिशवी भरली, हळू सर्व सुरू झाले. रफीकचे बेकरी चे काम सुरु झाले. नेहमीप्रमाणे परत तो पाव विकायला लागला. एक पाव चिमणीचा, एक पाव कावळ्याचा, एक पाव निदा बेटी चा करीत असं म्हणत रोज पाव आणि पेला ठेवुन रफिक घराबाहेर पडे.

23

विरोधाभास

उमेश कुलकर्णी चे शूट अ शॉट नावाचे शिबिर होते. त्या शिबिरास जाऊयात असं मैत्रीण म्हणाली म्हणून आम्ही ते शिबीर गाठले. तरुण मुले यांची तिथे गर्दी होती. त्यात सगळ्या स्तरातील मुले-मुली होते. मेडिकल, आयटी कंपनी, मीडिया आणि इतर. त्यामुळे इंग्रजीचा वापर अधिक होता. आमची इंग्रजांची तोंडमिळवणी होती, मैत्रिणीची तर बोंबच होती. म्हणून आम्हाला मध्येमध्ये कंटाळा यायचा. पाऊस भरलेला होता, कोणत्याही क्षणी पडेल असे वाटत होते. शिबिराची वेळ संपलेली, सगळ्यांना घरी जाण्याची घाई झाली. तशी आमची बऱ्यापैकी ओळख झाली होती, म्हणून आम्ही आमच्या रस्त्याने कोणी जात असेल तर आम्हाला सोडावेत अशी विचारणा केली. एक कार आमच्या दिशेने जात होती आम्ही दोघी त्यात बसलो. समोर पाहता माया एकटीच उभी दिसली; मी खाली उतरून तिला विचारले, तिला आमच्या विरुद्ध दिशेने जायचे होते. त्या दिशेने कुणी जाते का हे मी पाहू लागले. एक आयटीत असणाऱ्या तरुणाने तिला सोडण्याची तयारी दर्शविली. मी माझ्या परीने खात्री करून तिला त्याच्यासोबत पाठवले. माया एक मेडिकल स्टूडंट होती. मला वाटले ती हुशार असेल, धीटही असेल.

दुसऱ्या दिवशी माया उशिरा शिबिरात आली, थोडी घाबरलेली दिसली, लंच ब्रेक ला आम्ही तिला खोदून खोदून विचारले. ती म्हणाली अहो काकू त्या विनोदने मला दुसऱ्या कुठल्या रस्त्याने नेले. मला तो

रोड ओळखीचा नव्हता. येतेस का सीसीडी म्हणून विचारत होता, मी नाही म्हटले नंतर त्याने मला घरी सोडले. एवढ्याच कारणासाठी सकाळपासून विनोद मला टाळत होता. आता मला त्याचे खरे कारण कळाले. आम्ही मायाला समजावून थोडा धीर दिला, तिला थोडं धीट व्हायला सांगितले.

आत्ताच्या तरुण मुलं-मुली एकत्र चहा-कॉफी पितच असतात त्यात काय एवढं. मुली नोकरी शिक्षण यासाठी शहरात एकट्या राहतात. रात्री-अपरात्री कामावरून एकट्या घरी येतात. पेयिंग गेस्ट मध्ये राहतात. अशावेळी त्यांनी धीट राहायलाच पाहिजे. माया सारखं एवढं घाबरून चालत नसतं.

शिबिर संपलं आम्ही घरी निघालो, सिग्नलवर गाडी थांबली होती. एक मुलगी गजरे हार आणि वेण्या विकत होती. सगळ्या गाड्यांचे जवळ जाऊन ती त्या घेण्यासाठी विनवणी करत होती. कोणी घ्यायचे कोणी नाही घ्यायची कोणी नुसतेच तिला भाव विचारायचे. तेवढ्यात पण तिला चोरटा स्पर्श करायचे, गजरा घेताना तिचा हात हातात पकडायचे, हसून आपला हात सोडवुन घ्यायची, पुढे दुसऱ्या गाडी कडे जायची. पंधरा सोळा वर्षाची मुलगी न घाबरता आपला व्यवसाय करीत होती. लोकांच्या असल्या वागण्याचा बाऊ करत नव्हती. लोकांशी कसं वागायचं आणि गोड बोलून आपला व्यवसाय कसा करायचा हे तिला जगाने शिकवले होते. दुनियेच्या शाळेत ती सर्व शिकत होती. आंबट शौकीन लोकांचे चाळे सहन करीत, सगळ्याचा सामना करीत होती. नाहीतर माया सारखी मेडिकल स्टूडंट कॉफी विचारली म्हणून रडत आलेली. मायाची अब्रू आणि रस्त्यावरच्या मुलीची अब्रू नाही असं असतं का कधी शेवटी मुलगी ती मुलगीच. पहायला दोघेही तरुणी, काय फरक होता तिच्यात आणि मायात. दोन टोकाच्या मुली पाहिल्या, जाणवला परिस्थितीचा विरोधाभास.

24

माय

मनाने ती चिडली होती स्वतःवर आणि समाजामधील संधीसाधू लोकांवर. एरवी तीने त्यांना ही तिचा हिसका दाखवला असता. ही ती वेळ नव्हती, सध्या गप्प राहणे योग्य म्हणत तिने चलाखीने त्याला उत्तर देत अजून थोडे धान्य, पैसे द्या म्हणाली. सगळ्यांचे परतफेड करून देईन, ह्यो रान मेवा तुमचा हाय असं समजा. तुम्ही म्हंशाल तिथं ईन फकस्त कुणाला कळता कामा नाय.

गावच्या वेशीवर श्रीपती आणि भिकू गाव बंद असल्याने पहारा देत होते. वेशीवर गाव देवीच्या मंदिराची देखभाल पण तेच सध्या करीत होते. त्याचा फायदा त्यांना होत होता. लोकांना धाक दाखवत लुटालूट करायचे, त्यामुळे वेशीची जवाबदारी त्यांना गावाने दिली. गावातून धान्य आणि पैसा देवीच्या नावाने गोळा करून तेच घेत होते. कोणी काही बोलत नव्हते.

बाहेर सगळं महामारी ने बंद झालेलं. जवळच्या आदिवासी पाड्यातील बायका गावात कामाला यायच्या. गाव बंद म्हणून त्यांचं काम बंद झालं. घरात उपासमार होऊ लागली, शहराकडे जावे तर पोलीस पहारा होता, यायला जायला साधन नव्हते. पाई कोण किती चालणार. आपली घरदार सोडून कुठे परक्या ठिकाणी आसरा शोधत फिरणार, एवढं करूनही काम मिळण्याची खात्री नव्हती. म्हणून चंद्री ने त्या दोघांकडे मदत मागण्याची हिंमत केली, मुलं घरी भुकेने तडफडत होती,

म्हातारे सासू-सासरे भुकेने झोपून होते, नवरा शहरात कामासाठी गेलेला अडकून पडला होता. अशावेळी चंद्रभागेला हातपाय हलवून सहा जणांचे पोट भरायचे होते. काल पासून नुसत्या पेजेवर मुलं होती. सासू-सासरे भुकेने हातपाय पोटाशी घेऊन पडले होते. त्यांचे हाल तिला पाहवत नव्हते. तिच्या मनात कालवाकालव चालली होती. आज काय वाटेल ते करून त्यांच्या पोटाला घातलं पाहिजे. म्हणून दीड कोस वाट तुडवून ती या वेशीपाशी पोहोचली.

श्रीपती आणि भिकू दोघे तिला तिथे दिसले. तिने त्यांना थोडे धान्य देण्यासाठी विनंती केली. तिच्याकडे लालसेने पाहात निर्लज्ज पणाने म्हणाले आम्ही धान्य देऊ त्या बदल्यात आम्हाला काय देचील. त्यांचा रोग तिला कळला. मस्तकात गेली पण ही ती वेळ नव्हती. त्यांना इंगा दाखवायची तिचे हात पाय दुखत होते. पोट उपाशी होते, चालून घसा सुकला होता. काकुळतीने त्यांना सांगीतले अत्ताच्याला थोडं द्या रातच्याला ईन. तंव्हा थोडं पैसा अन पोत त्याबदल्यात तर द्या. त्यांना ते पटलं. रात्री येण्याचं सांगून त्यांनी तिला पिशवीभर धान्य आणि थोडी देवीला वाहिलेली फळे दिली.

चंद्री झपाझप चालत घरला आली. रांधेस तवर फळ पोरास्नी खायला घातली. पोट भरल्यावर मुलं आनंदाने खेळू लागली. तिने एकवार सगळ्यांना पाहिले, मनात निर्धार केला. संध्याकाळी अंधार पडला तशी सासु-सासऱ्यांना धान आणायला जाते सांगून निघाली. आजचं भागलं कसंतरी, उद्या परवा भागवू. हा राक्षस किती दिस राहील नाय माहित. तवा निदान साहा महिन्याचं धान तरी गोळा करावं लागल. तवर धनी येताल. असे तिच्या मनात बोलत ती वेशीपाशी पोहोचली.

ती गिधाड तिथे तिची वाट पाहत होती. त्यांना खात्री होती भूक तिला इथे यायला भाग पाडणारं. श्रीपती ने तिला खूष करण्यासाठी बायकोच्या नव्या साड्या पण आणल्या होत्या. भिकू ने देवळातले पैसे जवळ काढून ठेवले होते. देवळात गोळा झालेले धान्य, ज्वारी, तांदूळ त्यांनी वेशी जवळच्या मोडक्या झोपडीत आणून ठेवले होते. सकाळी चंद्री शी बोलताना त्यांना हरीने पाहिले होते. नक्कीच काहीतरी काळबेळ करण्याच्या बेतात हे लोक आहेत असं त्याला वाटले. दोघं भाकर खायला

घरी जाऊन येतो म्हणत निघाले, तेवढ्यात चंद्री आली. आता घरी न जाता इथलं काम उरकावे म्हणत त्याने हरीला धान्याची पोती एकत्र बांधायला सांगितली. साडी आणि पैसे त्याने एका पिशवीत लपवले; हरीला संशय नको. नाहीतर घरी कळायचं उगा घरात राडा नको. हरीणी तेही पाहिले होते.

हरी ने ती पिशवी आणि धान्याचे पोतं वेशी बाहेर आणून ठेवले. दोघं चंद्रीशी बोलण्यात गुंग असल्याचं बघत अजून एक पोतं तिथं जाऊन लपवलं. चंद्री ला त्याने हाताने तिकडे चलण्याचा इशारा केला. तसं चंद्र ने त्यांना त्या झोपडीत तुम्ही तयारी करा मी हलकं होऊन येते असं म्हणाली. मनाने वासनांध दोघे त्या झोपडीत गेले. तसे हरिणी तिच्या डोक्यावर पोती ठेवली हातात दोन पिशव्या दिल्या. तिच्या पाया पडत म्हणाला माझ्या माय बहिणी सारखी तू माय इथून लवकर निघून जा. पुन्यांदा या वेशी ला येऊ नगस. एका आईची लेकरासाठी असलेली माया या राक्षसांना नाही कळायची. मी पण इथून पळून जातो.

चंद्रीने आजच्या आज माणसांची दोन रूपे पाहिली. देवीचे आभार मानले. झपाझप अंधारात पावलं टाकत तिला झोपडी गाठायची होती. पोत्यांमुळे खालचं दिसत नव्हतं. पाय सारखे ठेचकाळत होते. रगात पण येऊ लागलेलं. मनात मात्र लेकरांचा हसरा चेहरा दिसत होता. ती स्वतःशीच हसत होती. एका अनोळखी भावाने तिला मदत केली होती. शेवटी सगळ्या लेकरांचं रक्षण करते ती पण एक मायच आहे. अख्या विश्वाची मायला आपल्या लेकरांची काळजी असते. शेवटी माय ते मायच.

25

असाही एक दिवस

कधी सकाळी झोप मोड झाली की माझी कायम चिडचिड होते. तसेच आज झाले. नेमकी बाईने सुट्टी घेतलेली; सगळं मलाच आवरून निघावं लागणार होतं. पावसाचे दिवस होते. रंगीत रिहर्सल होती, त्यामुळे साडी घालावी लागणार होती. माझं आणि साडीचा जरा वाकडेच, पूर्वी सवयीची साडी आता मात्र त्रासदायक ठरत होती. बॅग छत्री आणि साडी संभाळत मी चालत बस स्टॉप वर आले. समोरून मला हिणवत माझी बस निघून गेली, मी स्वतःलाच म्हणाले थोडं भराभरा चालले असते किंवा पाच मिनिटे लवकर आवरलं असतं तर हीच बस मिळाली असती. आता थांबा तास भर नाही तर जा बस बदलून, थांबणे परवडणारे नव्हते, सर ओरडले असते. शेवटी बस बदलून जाण्यासाठी त्या बस मध्ये बसले. बस मध्ये गर्दी फार वाढली. मला मधल्या स्टॉपवर उतरून दुसऱ्या बसने पुढे जायचे होते. गर्दी, उशीर, साडी, बॅग, छत्री या माझी धांदल उडत होती. स्टॉप जवळ आल्यावर गर्दीतून वाट काढत मी चालले होते. दोन तीन बायका दरवाजा अडून बसल्या होत्या. मी त्यांना मला उतरायचे आहे असे ओरडून सांगितले. सरका लवकर मला उतरु द्या. गर्दीत धक्काबुक्की होऊ लागली. माझी बॅग कोणीतरी मागे धरल्या सारखी मला वाटली. कंडक्टर ओरडला चला उतरा लवकर बॅग मी तशी जोरात खेचली आणि उतरले.

दुसरी बस समोरून येताना दिसली. लगेच त्या बसमध्ये मी चढले. बसायला जागा नव्हती. तिकीट काढण्यासाठी पर्स मध्ये छोटी पर्स शोधत होते. ती हाताला मला लागली नाही. बहुतेक त्या बायकांनी ती पर्स मारली होती. त्यांचा चोरी करण्याचा तो प्रकार होता. त्यांचा प्रसाद मला मिळाला. थोडीशी शोधाशोध करून मी तिकीट काढले. मला माझीच कौतुक वाटू लागले. माझी सवय आहे, कधीच एका ठिकाणी मी पैसे ठेवत नसे. आज माझ्या सवयीने मला तारले होते. त्यामुळे अधिक पैसे चोरीला गेले नव्हते. ज्ञानातही भर पडली, हॉल वर पोहोचले; बरेच जण आलेच नव्हते त्यामुळे रिहर्सल नीट झाली नाही. मला न आलेल्या लोकांचा खूप राग आला. मी वेळेवर काम करणाऱ्या पैकी होते. बेशिस्त लोकांचा मला खूप राग यायचा. लोकांना लोकांची किंमत नव्हती. लोकांना लोकांची किंमत नव्हती, रियसल लवकरच आटोपली. उद्या सुट्टी परवा शो होता.

मैत्रीण म्हणाली तिला थोडं काही घ्यायचं आहे, आपण मार्केटमध्ये जाऊयात. मला जरा सोबत कर. माझा मूड खराब झाला होता. जरा विंडो शॉपिंग केल्यावर आपला मूड ठीक होतो म्हणून आम्ही थोडं फिरलो. थोडाफार खावे म्हणून एका रेस्तराँमध्ये गेलो. तिथं बन मस्का चहा खूप छान मिळतो. पण गर्दी फार असते, वेटिंग ला थांबावे लागते. वेटिंग साठी बाजुला थांबून होतो. अर्धा तास लागणार होता, मी आजूबाजूला पाहत होते, पुरुष बायका आणि मुले वेटिंगला थांबलेली दिसली. मनात आले घरी पुरुष मंडळी अर्धा तास थांबली असती का बायकांच्या माहेरचा उद्धार केला असता. मुलांनी आईच्या नावाने केली असती बोंबाबोंब. बाहेर सर्व काही बरे चालते. उशीर होत होता मी नंदाला म्हणाले चल आता निघते वेळ अगदी कापरासारखा उडून गेला. दहा वाजत आले, दहाची बस मिळेल दोघेही समोरासमोर बस स्टॉप वर थांबलो. तिला पटकन बस मिळाली. हात हलवून तिने मला बाय केले, घरी पोचल्यावर फोन कर म्हणाली. थोड्या वेळाने तिचा घरी पोहोचल्या चा फोन आला. माझी बस अजुन आली नव्हती, आता येईल म्हणत अकरा वाजत आले. अकरा वाजता मी एका दुसऱ्या बसमध्ये बसले. पुढे जायचे होते शेअरिंग रिक्षा मिळाली नाही. शेवटच्या बसची वाट पाहत होते. बारा

वाजत आले होते, बाराची लास्ट बस लवकर गेली असेल तर मोठी पंचाईत होणार होती. स्टॉप वर मी एकटीच बाई होते. मनात भीती दाटून आली. रिक्षा वाले येऊन थांबून जात होते. अनोळखी माणसांना बस बदल कसं विचारायचं, एकट्या बाईने रिक्षात कसे बसावे, कोणाशी कसं बोलावे, डोक्यात चक्रे चालू होती. रात्रीचे कोणाशी बोलावे तर लोक फालतू विषय जास्त बोलतात. भीतीने पाय लटपटू लागले, कशाला कोरड पडली घशाला. पदर घट अंगाभोवती लपेटून घेतला. पर्स छातीशी घट्ट पकडून धरली, भूक खूप लागली होती. दिवसभराच्या त्रासाने मी थकले होते, डोळे पाण्याने भरलेले. नियतीला कदाचित हे माहीत होते म्हणूनच सकाळ पासून माझे मन बिनसले होते. बस च्या आवाजाने तंद्री भंग झाली, मला हवी असलेली बस उभी होती. पुढच्याच दाराने मी प्रवेश केला, जवळच्याच सीटवर मटकन बसले. दत्त बनवून बस समोर उभी राहिली होती. उतरून झपाझप पावले उचलत पळतच घर गाठले. कुलूप उघडून दार बंद केले. घरातले सर्व दिवे लावले, टीव्ही चालू केला, पायाला हाताचा विळखा घालून तशीच सोफ्यावर बसले. सुनसान रस्त्याने मनात भीत भीत एकटीच मी चालत आले होते. मन दाटून आले, आईची आठवण झाली. मन मोकळे झाल्यावर देवाचे आभार मानले. भीतीने पळालेली भूक कावळ्यांनी ओरडून जागी केली, खाणे होईपर्यंत माझी साथ टीव्हीने दिली. बेडवर झोपता झोपता आजचा दिवस डोळ्यासमोरून गेला.

26

धुलीवंदन

काल होळी झाली. आज धुलीवंदन होते, लग्नानंतरची पहिली होळी होती. सासरी कसे करतात धुलीवंदन जाणून घ्यायचे होते. लहानपणी धुलीवंदन म्हणजेच आमची रंगपंचमी. कॉलनीतल्या स्विमिंग पूल मध्ये रंगाने भरलेल्या पाण्यात मला कोणीतरी टाकले होते. स्विमिंग पूल चा कठडा लागून माझी दोन-तीन हाडे मोडली होती. तेव्हा पासून मी ही रंगपंचमी खेळत नसे.

मी खेळात नाही पाहू शकते म्हणून मी गॅलरीत उभे राहुन रोडवरची धुळीची पंचमी पाहत होते. चौकात हौद भरून त्यात रंग टाकून मुले ते पाणी अंगावर उडवीत होते. कोणालाही अचानक पकडून टाकत होते. माझे मन उगीचच चिंता करत होते. सगळी मुलं वाड्यातली होती; एकत्र लहानाची मोठी झालेली त्यामुळे त्यांच्याकडे कोणाचे लक्ष नव्हते. त्यांच्यासोबत शेजारच्या वाड्यातली दोन-तीन मुले आली. त्यांनी थोडी भांग घेतली होती आणि काही गोळ्या त्यांनी त्या मुलांनाही खाऊ घातल्या. त्यांच्यात आता अधिकच जोश आला होता. अर्धा पाऊण तासाने नळा भोवती जास्तच आवाज येऊ लागला. सरकारी नळाच्या कठड्याला त्याने हाऊद बनवले. त्यातही ते कोणालाही उचलून टाकत होते आणि हसून दंगा करत होते.

दुपार होत आली रस्त्यावर वर्दळ कमी झालेली. सर्व शांत झालेलं, मीही जेवून बसले होते. एकदम किंचाळी ऐकू आली असे मला वाटले,

हसण्याचा बोलण्याचा गोंधळ ऐकू येऊ लागला, मला वाटले मुलांना भांग जरा जास्तच चढली; मनात शंका आली म्हणून गॅलरीत उभे राहुन मी पाहू लागले. सगळी मुले त्या नळा भोवती चौफेर उभी होती. मुलांच्या डोक्या शिवाय काहीच दिसत नव्हते, मला वाटले कोणालातरी पाण्यात टाकले असेल आणि गलका चालला आहे.

एक लहान मुलगा पळत वाड्यात शिरला. तसा अख्खा वाडा तिकडे धावला ते पाहता मला आलेली शंका खरी वाटली वाटू लागली. हाके वरच पोलीस स्टेशन होते, पोलीस आले सर्व पांगापांग झाली. पालकांनी आपल्या मुलांना घरात कोंडून ठेवले. अंबुलन्स आली कोणालातरी चादरीत गुंडाळून नेले, कोण होते काही कळायला मार्ग नव्हता. सगळीकडे चिडीचुप वाऱ्यासारखी बातमी पसरली. सगळे पालक घाबरले.

हळूहळू तोंड फुटू लागली. वाड्याच्या मालकाची मुलगी लक्ष्मी वाड्यातल्या मुली सोबत तिथे खेळत होती. सर्व मुली आपसात पाणी उडवत होत्या. त्यातल्या एकीने तिच्या मित्राला आवाज दिला. तोही यांच्यात सामील झाला. मुलांच्या डोक्यात भांग भिनली होती. कोण काय त्यांना सूद नव्हती. त्यांच्यातल्या एकाने लक्ष्मीला उचलून पाण्यात टाकले. अचानक पणे घडलेल्या प्रसंगाने ती घाबरली, हात-पाय मारू लागली. मुले तिला पाण्यात ढकलत होती, त्या मुलांना ती एकटी अपुरी पडत होती. मुलांचा जोर अधिक होता, पाण्यात पडलेली लक्ष्मीला पाहून मुले हळूच सटकल्या.

गर्दीत कोणी मित्र, भाऊ नव्हता फक्त होती गर्दी. गर्दीला विवेक नसतो. त्यांच्यासाठी ती एक मादी होती. सगळे तिला हाताने कुठे-कुठे स्पर्श करीत होते. तिचा स्वास कोंडत होता, बाहेर येण्यासाठी ती धडपडत होती, तिची शक्ती अपुरी पडत होती, कळपाचा उद्रेक झालेला. तिला कोणी बाहेर पडू देत नव्हते, तेवढ्यात वाडा तिथे पोहोचला. तिला बाहेर काढून दवाखान्यात नेले. तिच्या नाकातोंडात पाणी गेले होते. एका क्षणाच्या आनंदासाठी ती शेवटचे क्षण मोजत होती.

गर्दीला चेहरा नसतो, गर्दी स्वतःच्या मनात असलेली घुसमट, उद्रेक, आक्रोश, राग आणि दुःख त्यात असते. गर्दी कोणाचंही ऐकत नाही,

कोणाला पकडणार. आकस्मित घटना अपघाती निधन असच पेपरात आले. पुन्हा धुली वंदन येणार अशाच घटना घडत राहणार.

27

मन

अनेकदा सुखाची झोप काय ती लागतच नाही. कधी विचित्र स्वप्ने पडतात, कधी मनात विचार येतात, कधी डोक्यात चक्रे चालू असतात. ही स्वप्ने इच्छा पूर्ण करतात, कधी दुःख तर कधी मन आनंदी करतात, कधी ही स्वप्ने मनाला चुटपुट लावून जातात. कधी कधी स्वप्नातून बाहेर यायला आपले मन मानत नसते. अशाच एका विचित्र स्वप्नाने जाग आली.

मन मात्र कितीतरी वेळ त्या स्वप्नातच गुंतले होते. जाग आल्यामुळे मन खट्टू झाले होते. मनात नाराजी असल्यावर बाकी सगळं कसं ठीक राहील, मनाची नाराजी सगळ्यावर पसरली. यांनी जरा काही काही बोलून मन वळवण्याचा प्रयत्न केला. व्यर्थ गेलं सारं कशीबशी मनाविरुद्ध कामे उरकली, टीव्ही चे चैनल बदलून झाले मन काही रमेना, मुलीचा फोन आला म्हणाली काहीतरी लिही बरं वाटेल. आता हिला काय सांगू असं कधीही लिहिता येत नाही. त्यातही मन लागावे लागते. खिडकीतून पाहून झालं, अचानक पक्षांनी मन वेधलं; त्या दिशेने पाहता ती टेकडी दिसली. मनात म्हटलं चला थोडं एकांतात जाऊन बसू, पाण्याची बाटली घेतली, फोन मुद्दाम घरी ठेवला. चपला सरकवून टेकडीच्या दिशेने चालू लागले, शेजारचा चिंटू भेटला, तो म्हणाला काकू मी येऊ का सोबत. मी म्हणाले त्याला नको, मी टेकडीवर चालले आहे. तूच चढताना दमशील आणि पडशील तर तू बागेत जाऊन खेळ.

तासभर चढून मी टेकडीवर पोहोचले. थोडी धाप लागली म्हणून एका शिळेवर बसून पाणी पीत होते. छान वातावरण होते, पक्ष्यांचा किलबिलाट चालू होता, थंडगार वारा गालावरून केसांच्या बटाना उडवत होता. प्रसन्न वाटले, रंगीबेरंगी छोटी इवली इवली फुले दिसली, जांभळी पांढरी गुलाबी नाजूक पाकळ्या हाताला मुलायम लागत होत्या, हवी तशी शांतता होती. मन प्रफुल्लित झाले, स्वच्छ हवेने सकाळपासून आलेला मनाचा मळभ निघून गेला. अर्धा पाऊन तास कसा गेला कळलेच नाही.

खाली पाहताना कुठे कुठे दिवे दिसू लागले. वरून ती घरे त्या बिल्डिंगा किती छोट्या छोट्या दिसत होत्या. बैठी घरे तर खेळण्यातली भासत होती, खाली पायला एक मज्जा वाटत होती. तासभर झाला असेल संत धावणारे ढग रंग बदलून जोराने पळू लागले. मग आता शांत वारा अंगाला बोचतोय असं वाटू लागले. पक्षी मोठ्या आवाजात ओरडत होते, कावळे कर्कश आवाज करीत होते. मोठी झाडे आपल्या पानांची विचित्र सळसळाट करीत होती. फांद्यांचा करकर आवाज येत होता. वार्‍याचाही विचित्र आवाज कानी पडत होता. वातावरणात गूढता निर्माण झाली. संध्याकाळ झाली होती सूर्य मावळतीला झुकला होता. पाच दहा मिनिटात संधिकाल सुरू होऊन लागणार होता.

असे वाटत होते मगाशी माझे सारयांनी स्वागत केले होते. आता कोणाच्यातरी चाहुलीने इथून जायला सांगत आहेत. माझ्या बाबतीत असे प्रसंग कायम घडत असतात. म्हणून मीही अधिक वेळ न ताणता तिथून उठले आणि चालू लागले. अंधार पडणारच होता, मन थोडं कातर झालं. मी खाली उतरत होते, मला हाका मारत हे येताना दिसले. मनाला धीर आला.

28
प्रेम

भावाचे समुद्र किनाऱ्यालगत पाच मिनिटावर असलेल्या ३ स्टार हॉटेल चे नुकतेच बांधून पूर्ण झालेले. हॉटेलच्या वास्तु शांती साठी आम्ही भाऊ-बहीण अलिबागेत पोहोचलो. सगळेजण पूजा झाल्यावर परिसर फिरून आलो.

दुसऱ्या दिवशी समुद्राला ओटी लागल्याने बाकी सगळे किनाऱ्यावर बसले. मी माझ्या बहिणी सोबत समुद्राच्या आत पर्यंत चालत गेलो होतो. पाठीमागून दोन भाचे येत होते. भाऊ म्हणाला पाणी कधीही येऊ शकते ताई एकदम पुढे जाऊ नकोस. मी थोडेच जाते म्हणत म्हणत इथवर आले होते. नेहमी पाण्याखाली असलेला एक खडक दिसला, त्यावर बसून छोट्या लाटांचा स्पर्श अनुभवत होती. माझं आणि पाण्याचं एक भावनिक नातं असावं असं मला नेहमी वाटतं. समुद्राचे, नदीचे मला कायम आकर्षण असायचे. अगदी मला ते वेड लावायचे. भान हरपायला व्हायचे. तो स्पर्श पायांना गुदगुल्या करायचा. मी त्यात इतकी गुंग झाले की किनाऱ्यावरून येणारे आवाज मला ऐकू येत नव्हते. त्यांचे आवाज ऐकून माझे भाचे परत जाऊ लागले.

मला त्या जागी ने भारले होते. तिथून उठू नये असे वाटत होते. त्या समुद्राचे पाणी अंगाखांद्यावर खेळावे असा मोह होत होता. पाणी वाढू लागले. पाय पाण्यात भिजला. वाळू ओढू लागली, मी माझ्या बहिणीला सांगितले की; वाळू पाय ओढते आहे, तिने माझा हात जोरात पकडला

आणि मला खेचू लागली. मी काही उठेना; तिने मला जवळजवळ जोराने खेचले आणि ओढत न्यायला लागली. मी चालू लागले हे पाहिल्यावर आता पळ म्हणत स्वतः पळु लागली.

ओहोटी असल्याने वाळूवरील काटेरी वनस्पती दिसत होती, हळूहळू ती पाण्यात बुडू लागली. सगळीकडून पाणी वर येऊ लागले. ते इतके जलद होत येत होते की पाणी भराभरा वाढू लागले. किनाऱ्यावरून सगळे घाबरून जोरात पळ म्हणत होते. त्यामुळे मीही तिच्या मागे जोरात पळू लागले, पायाला छोटे दगड, काटेरी वनस्पती टोचू लागली. कुठे कुठे रक्त येऊ लागले. अजुन मी खूप आत मध्ये होते, पाणी क्षणाक्षणाला वाढत होते. भावाने लाईफ गार्ड ला बोलावले. किनाऱ्या वरच्या हाका तीव्र झाल्या. माझे इतर कुटुंबीय देवाचा धावा करू लागले. माझी छोटी बहिण रडू लागली, मी जोरात पळते असं वाटत होते तरी मी मागेच पडत होते. माझ्या सोबत असणारी माझी बहीण पुढे गेली होती आणि मला मागे वळून लवकर ये म्हणत होती.

लाटांचा आवाज, वाऱ्याचा आवाज, किनाऱ्यावरील सगळ्यांचा आवाज मला बधिर करीत होता. समुद्र मला जखडू पहात होता. माझ्या पायातले त्राण गेल्यासारखे वाटत होते. घशाला कोरड पडली. बोट किनाऱ्यावर थांबली होती, बोटीला आत यायला पाणी हवे होते. लाईफ गार्ड तयारीत होते. पाणी व वाळूत नीट पळता येत नव्हते. मला धाप लागली, क्षणभर थांबवावे असे वाटत होते. अशा अवस्थेत मला कुतूहल वाटू लागले. मघाशी इथे बिलकुल पाणी नव्हते, आता बघते तर पाणीच पाणी इतके पाणी दडले होते कुठे आणि आता आले कुठून, देवाची माया.

पाणी माझ्या पोटऱ्याच्या खाली आले, मला पळता येईनासे झाले. नेटाने प्रयत्न करणे गरजेचे होते. बहीण किनाऱ्यावर पोहोचली होती. तीही आता रडू लागली. सगळे डोळे विस्फारून श्वास घ्यायचे विसरले होते. इतके ते भयभीत झाले होते. मी पाण्यात पडण्याच्या बेतात होती. माझे पाय आता खाली ठरतच नव्हती. काही मिनिटात मी गटांगळ्या खायच्या तयारीत होती. मला समुद्राची शक्ती स्वतःकडे नेऊ पहात होती. त्या पाण्याचे मला आकर्षण होऊ लागले. मला वाटू लागले डोळे मिटावे आणि त्या मिठीत जावे त्याच्यात विलीन व्हावे. किनाऱ्यावरील

माझे भाऊ-बहीण त्यांच्या हाका मला भानावर आणीत होते. समुद्राच्या पाण्याच्या प्रेमावर माझ्या भावा बहिणीचे प्रेम मात करीत होते. पडता-पडता लाईफ गार्डने माझा हात धरून मला किनाऱ्यावर आणत त्यांना सगळं ठीक असल्याचा इशारा देत थंब्स उप ची खून केली. सर्व ठीक असल्याचे कळवले.

29

का

आई-वडील भावा सोबत वयाची २७ वर्षे काढली; त्यांच्यासोबत एक वर्ष त्याला काढता आले नाही का? जन्मापासून ज्या आईने दूध पाजून खाऊपिऊ घालून इतकं मोठं केलं; त्या आईचे कष्ट आठवले नाही का? वडिलांनी रक्ताचं पाणी करून सारे हट्ट पुरवले, ते कसं विसरला? दादाच्या मागेपुढे करायचा सतत; त्याच्या बरोबर फिरायचा त्याला तो मनातले सांगू शकला नाही का? मंडळात सगळ्यांच्या पुढे असणारा इशा इतका भित्रा कसा झाला, कोणाला घाबरत होता, तो कशासाठी सहन करीत होता, नेहमी हसत मुख सगळ्यांना मदत करणारा ईश्वर असा कसा मूर्खासारखा वागू शकतो. सर्वांना ज्ञान वाटणारा त्याची अक्कल हुशारी कुठे गेली. या सगळ्याची सगळ्यांना उत्तरे हवी होती.

गेल्याच वर्षी ईश्वराचे लग्न झाले. घरातले सर्वात शेवटचे लग्न म्हणून सगळ्यांनी खूप थाटामाटात लग्न केले. मुलगी पाहून पसंती होऊनच सारे ठरले होते; लग्न होऊन रूपाली ईश्वर च्या आयुष्यात आली. मुलगी साधी वाटली पाहिला गेले होते तेव्हा; पण लग्नानंतर तीन महिन्यातच ईश्वराला घरचा विरोध सहन करून दुसरे बिऱ्हाडी जावे लागले. घरच्यांच्या टोम्बण्याला, बोलण्याला कंटाळला होता तो. रूपाली सगळ्या गोष्टीला नावे ठेवत होती. गरीब घरातील असूनही मिजाशी होती. त्याला ती झेपेना,. घरच्यांच्या साठी तो सहन करीत होता रूपाली थोडी कडक स्वभावाची होती. त्यात तिला वहिनी सामील

झाली. ईश्याच्या हाताबाहेर जाऊ लागलं सारं; रूपाली नीट वागेना, घर काम करेना, वाहिनी नौकरी करणारी, पदरी एक मुलगी ती थकून जाईची. पण ही महाराणी मजेत राहायची शेवटी त्यानेच पुढाकार घेऊन दुसरे बिऱ्हाड केले.

एकच रूम असलेली खोली रूपालीच्या अपेक्षेत बसत नव्हती. तिच्या अपेक्षा मोठ्या होत्या, तिची स्वप्ने वेगळी होती, तिच्या मनासारखे काहीच घडत नव्हते, हे तिचे नेहमीचे रडगाणे असे, मला असं हवे होते मला तसं घर हवं होतं असं ती म्हणत राहायची. कायम कटकट कधीच कुठल्याच गोष्टीत समाधान नव्हतं; दिसायला सामान्य सावळी होती उलट ईश्वर दिसायला बरा होता; तरी तिची मनधरणी करीत. कोणाला दुखावणे त्याचा स्वभाव नव्हता. वेळेला स्वत: त्रास काढी. घरची सारी कामे करीत तिला हवं नको पाही. तिच्या रूपाबद्दल, रंगाबद्दल, वागण्याबद्दल कधीच कमी लेखत नव्हता, प्रसंगी तारीफ करीत असायचा. मित्रांना सर्व ठीक आहे म्हणत राहायचा. सगळ्यांना सगळं चांगले आहे आमच्यात सारे आलबेल आहे असं दाखवायचा. तरी ती नेहमी सगळ्यांच्या समोर त्याचा पान उतारा करीत असे; त्याला वाईट म्हणत असे बायको संभाळता येत नाही म्हणायची. मी जाते माहेरी म्हणायची. मला तुझ्याबरोबर संसार करायचा नाही म्हणायची. त्याने खूप तिला खुश ठेवायचा प्रयत्न केला. मनाने ती कधी खुश होऊ शकली नाही. तिने कायम त्याला नावे ठेवली. आपले पटत नाही म्हणून वेगळे हो असतो तो कधीच म्हणाला नाही. तिला त्याचे गुण दिसत नव्हते फक्त दिसत होते पैसे; तिला ते कायम कमीच वाटायचे अधिक हवे अधिक हवे असे म्हणायची. बिचारा जगायचं विसरून डबल काम करू लागला; तरी तिचं तोंड पडलेलं असायचं.

एकदा घरी आला आईच्या मांडीवर डोकं ठेवून लहान मुलासारखं रडला आईला काही सांगितले नाही; विचारले असता आठवण आली म्हणाला. जेवण न करताच गेला म्हणाला रूपाली वाट पहात असेल घरी. तिने भांडण उकरून काढले, आईच्या पदरात लपायला गेला म्हणाली, खाऊन पिऊन आला आणि मला उपाशी ठेवलं, असं म्हणायला लागली त्याच्यावर आरोप ठेवत आदळआपट करू लागली, शिव्या देऊ लागली

कसं बसं तिला शांत केलं, तेही सर्व नवीन हव्या असणाऱ्या वस्तू आणून देईन या बोलीवर, दर महिन्याला तिला नवे हवे असायचे. कधी सोफा, कधी फ्रीज, कधी वाशिंग मशीन, असे बरेच काही. काम करून तो पिचायला लागला होता, मंडळात येईनासा झाला, मुलांना भेटेना त्यावरून मित्र त्याची खेचायला लागले, टिंगल टवाळी करू लागले, बायकोच्या ताटाखालचे मांजर म्हणू लागली. तो फक्त हसत राहिला; त्यांनाही काही बोलला नाही.

अचानक असाच दुपारचा आला आईला जेवायला मागितले पोटभर जेवला. घरातल्या शेंडे फळाने आई करून थोडा लाड करून घेतला. मनातली घुसमट मनात ठेवून रडत राहिला. दादाशी फोनवर बोलला. वडलांना थोडा आराम करतो म्हणत बेडरूम मध्ये वडिलांनी जायला सांगितले. ईशा शांत झोपला म्हणून ते नातिला शाळेत आणायला गेले. आई भाजी आणायला गेली; अर्धा तासाने आईला घरी येताना तिला शेजारच्या बाईने आवाज दिला; तिने ईशा बद्दल चौकशी केली, आई म्हणाली त्याला चहा हवा असेल आपण नंतर बोलु.

शाळेतून आलेली नात पळत काकाला भेटायला धावली. बेडरूम मधल्या खोलीकडे बघुन आजीकडे ओरडत बाहेर आली; म्हणून राधाबाई धावल्या आजीला ओढत आत मध्ये नेत दाखवले, ते पाहता राधाबाईंचा हंबरडा ऐकून दारात बसलेले मोहनराव घाबरले, शेजारी पण धावले. सगळ्यांनी एकदमच बेडरूम मध्ये धाव घेतली. सर्व कालवा सुरू झाला. मोहनरावांनी समोर पाहताच खाली बसकण मारली. निशब्ध डोळ्यांनी छताकडे पाहत होते. दादा वहिनी घाबरत आत आले; आईने दादाला मिठीच मारली, तिच्या तोंडून शब्दच फुटत नव्हते. वहिनी डोळे विस्फारून इशाच्या झुलत्या देहाकडे पाहत होती. कोणीतरी पोलिसांना फोन केला. पोलीस, अंबुलन्स आली देह उतरवून घेऊन गेली. राहिला फक्त आक्रोश, आकांत आणि मनाला भेडसावणारा का? असे का झाले, का त्याने हे पाऊल उचलले, का नाही सांगितले.

30

आमचे ध्यान

पन्नास-साठ वर्षांपूर्वी संपूर्ण देशात आर्थिक टंचाई होती. कोणाकडे मुबलक पैसा नव्हता, सुधारणा झालेल्या नव्हत्या, आजच्या इतकी सुबकता नव्हती, विचारधारा वेगळ्या होत्या, शिक्षणाचा अभाव होता, आर्थिक धंदे नव्हते त्यामुळे सहन शक्तीचा कळस होता. समाज समृद्ध नव्हता अशा वेळेत आम्ही जन्माला आलेलो. घरी अठराविश्व दारिद्र्य, काहीच नीट मिळत नव्हते. कोणाशी हसणं म्हणजे गुन्हा होता. लगेच नावे ठेवली जायची; लग्न थोरामोठ्यांची मक्तेदारी असायची वधू-वराला पसंती विचारली जायची नाही; मोठ्या ना ठीक वाटले तर लग्न लागायचे पुढे तुमचे नशीब.

वय वर्षे १८ चारही बाजूने लग्नासाठी दबाव वाढला. घरच्या पेक्षा शेजारच्या लोकांना मुलीच्या लग्नाची घाई असायची. येता-जाता टोमणे ऐकण्यास मिळाले की आईचा पदर डोळ्याला लागला समजा. वडिलांना दारूचे व्यसन एक दोन घरे सोडल्यास प्रत्येक घरी एक तरी बेवडा असायचा. त्यांचे किस्सेही ऐकण्यास मिळायचे मजेदार गमतीदार. कसेबसे लोकांच्या मदतीने दहावीपर्यंत शिक्षण झाले. कॉलेजात कोण घालणार; आधीच एक तारखेला पगार अर्धा संपून जायचा. थोडी शिल्लक आठ दिवस चालायची नंतर उधारीचा आणि उसण्या चा कारभार चाले. खायलाच नाही तर कपडा कुठून मिळणार कधी पावडर पाहिली नाही. नेहमी मैत्रिणींना पाहून त्यांचा हेवा वाटायचा साध्या

साध्या गोष्टीत आम्हाला मन मारावे लागायचे.

मामाने जवळच्या असलेल्या परक्या जातीचे स्थळ आणले काय तर म्हणे हुंडा द्यावा लागणार नाही कुठलीच मागणी नव्हती, लग्नाचा खर्च करावा लागणार नाही, मुलगा पाहण्यातला निर्व्यसनी कायम नोकरी आहे आणि काय पाहिजे. नारळ आणि मुलगी द्या म्हटल्यावर आपल्या बहिणीची मुलगी दाखवली; त्याला माहित होते भाऊजी लग्न करुन देण्यास असमर्थ आहेत. मुलगी दिसायला सुंदर कुठे काही विपरीत घडू नये डोळ्यादेखत लग्न लावून दिलेलं बरं एक जबाबदारी संपेल आणि खाणारे एक तोंड कमी होईल असा आईने आणि मामाने विचार केला. वडिलांना बोलून राजी केले. आधीच माझ्या काळजीने त्यांचे पिणे वाढलेले, मागे तीन भावंडे शिक्षणाची होती. त्यांचा विचार करता दोन दिवसात लग्न ठरवून मोकळे झाले.

२-४ नातेवाईकांसोबत साडी व सोन्याचे पाणी दिलेले मंगळसूत्र घेऊन ठरल्या दिवशी दुपारी तीन वाजता नवरा मुलगा हजर झाले. कोणतेही इतर विधी न होता एका संस्थेत मात्र दीडशे रुपये फी भरून आमचा विवाह संपन्न झाला. लहानपणापासून पहात आलेले लग्नसोहळे आमच्या बाबतीत फक्त स्वप्न होती. पाच तांब्याची भांडी देऊन आई-वडिलांनी कन्यादान केले. २ जोडी कपडे

त्यातली एक होती छोट्या बहिणीची. इतक्या माहेरच्या शिदोरीवर झाला प्रवास मुंबई ते पुण्याचा.

गणपतीचे दिवस होते मनात आनंद नव्हता मन मारून झालेलं लग्न. घर पाहून पळून जावेसे वाटले. सासुबाई दुसऱ्या जातीची सून आली म्हणून घुश्यात, जाऊ बाई मामाची म्हणून तोऱ्यात, कोणता मानपान नाही, काही आणलं नाही म्हणून बाकी सारे नाराज. सतत भिकारी असण्याचे टोमणे सुरू झाले. येता-जाता घालून पाडून बोलणे चालु असायचे. कामाला फुकटची मोलकरीण मिळाली. आडून आडून दुसरे लग्न करण्याची यांना सूचना मिळू लागली. येता-जाता मुली दाखवल्या जाऊ लागल्या. मानसिक शारीरिक छळ सुरू झाला. मामाने यांना हुंडा देण्याचे आमिष दाखवले. माझ्या रूपात भाळलेले. त्यांना रूपा सोबत जास्त शिकलेली बायको मिळाल्याचा आनंद वरचढ ठरला.

रूप रंगाचं यांचं वाकडं, शिक्षण सातवी पास, नावाला हुशारी, बुद्धीमत्ता पण जेमतेमच. पहिल्या खेपेला त्रास झाल्याने आम्ही भाड्याने दुसरे घर घेतले. सुरु झाला बेताचा प्रवास; कधी कोणी काही बोललं की यांचे रुसवे-फुगवे, कधीकधी वाद टोकाला जायचा, मग हा माणूस चार तास घरातून गायब व्हायचा. दोघांचे स्वभाव मुळातच टोकाचे मी शिस्त बद्ध तर इथे सगळीच बोंबाबोंब. माझा स्वभाव साधासरळ लोकांच्या कामी येण्याचा. आला गेला त्यांना मी मदत करायची. वेळेला रिक्स घेऊन मदतीला धावायची यांना हे कधीच पटायचे नाही. परत भांडणे काहीही करण्यास अडवणूक करायचे नाही पण बोलणे मात्र नकारात्मक असायचे. स्वतःचा पैसा यांनी कधी दाखवला नाही काही ना काही नेहमी लपवत असायचे; वागणे वावरणे संशयास्पद असायचे. माझ्या डोक्यात नेहमी शंकेची पाल चुकचुकल्या सारखी व्हायचे. आपण भलं आपली कामे भली. या तत्वावर मी जगत आले. माझा जनसंपर्क खूप लोकांचे कामे पडल्याने मला अनेक वेळा मदत ही व्हायची. वाईट परिस्थिती मध्ये असताना अनेक व्यवसाय करत अडचणीवर मात करीत; प्रथम जागा मग छोटे घर त्यानंतर दोन मजली इमारत उभी राहिली. दारात चार चाकी आली, गळाभर दागिने झाले, मुलांची डिग्रीची शिक्षणे झाली. कुठल्याही गोष्टीत प्रथम कडकडून विरोध करायचा मग सर्व मान्य करायचे हा यांचा स्वभाव. कोणाच्याही बोलण्यात यायचे त्या बोलण्याचा अर्थ पाहायचे नाही; असा स्वभाव त्यामुळे मुलींच्या शिक्षणात अडथळा आणू पाहत होता. मला ठाम राहून तिढा सोडवावा लागला. घरातले म्हणत होते आमच्या पिढीत छोटे कपडे घालून मुली शिकत नाहीत. मला तिला एयरहोस्टेस बनवायचे होते. ती शिकली. नोकरी करून विदेशी जाऊनही आली. लोकांची तोंडे बंद झाली.

यांचे कौतुक चालू झाले मुलांची लग्ने झाली सर्व सेटल झाली तरी यांचे उद्योग संपले नाहीत की; यांच्यात सुधारणा नाही अजूनही बाहेर जायचे, घराची चावी, मोबाईल विसरायचे, भाजी आणायला सांगितली फक्त वांगीच आणायची एकदा आम्ही सतत तीन दिवस वांगी खाल्ली. चावी नसल्यामुळे मी चार तास घराबाहेर उभे होते. शेवटी मुलगा

ऑफिस वरून चावी घेऊन आला. आपल्या बुद्धीवर विश्वास ठेवून दिलेली यादी न वाचता सामान आणायचे आणि नेहमीसारखे ओरडा खायचे. कपडे लौंड्रीत देऊन विसरायचे; ओरडल्यावर नवीन कपडे घेऊन द्यायचे वर म्हणायचे जाऊंदे असे पण जुने झाले होते. एकदा मुलाला सलून मध्ये विसरून आले होते ते आठवून मुलगी म्हणाली पप्पा तुम्ही नातवाला दुकानात ठेवून येऊ नका. आमच्यावरच डाफरले इतका मी विसरतो का? तरी दुसऱ्या दिवशी नातवाला केक शॉप मध्ये विसरले. आम्ही घरी वाट पाहत होतो अनोळखी माणसाने त्याला घरी आणून सोडले. यांना विचारले तर हे त्याला विसरूनच गेले होते वर माझ्या बरोबर का पाठवले म्हणून आमच्याशी वाद घालू लागले. चुका करून त्या मान्य करायच्या नाहीत वर आपले काहीबाही लॉजिक द्यायचे. उठून चपला सरकवून बाहेर कधी ही निघून जायचे. घरी काही सांगायचे नाही. येताना मात्र कोणती ना कोणती इलेक्ट्रॉनिक गॅजेट घेऊन यायचे त्यामुळे आमच्याकडे अशा वस्तूने कपाट भरली. नवीन नवीन कपडे आणायचे पण घालायचे कधीच नाही. प्रत्येक वेळी खरेदी मात्र आवर्जून असायची यावरून आमचे सतत भांडण होत राहायचे. फक्त हसून वेळ भागवायची. वेळेवर कधी बिले भरली जायची नाहीत. कधीही विचारलं तर म्हणायचे घाई आहे. कधी एक काम आयुष्यात जमले नाही कुठलीही दुरुस्ती करताना हाता पायाला जखम झालेली असायची. जखमेची भीती इतकी वाटायची की दोन दिवस त्या तिथे पाणी लागायचे नाही. कोणत्याही कार्यक्रमात न्यायला आम्हाला लाज वाटायची. कोणाशी कसं काय बोलतील याचा भरोसा नसायचा; त्यामुळे अनेक गैरसमज व्हायचे. खाता-पिता अंगावर सांडायचे, कुठे ना कुठे जेवण तोंडाला लागलेले असायचे. त्यांना त्या गोष्टीचा कधी काही वाटले नाही. घरातली कोणतीही कामे करायची नाही. खायचे आणि लोळत पडायचे शिवाय घोरायचे. त्यांच्या घोरण्या मुळे कधीकधी माझी झोप मोड व्हायची. त्यांना त्याचं काही वाटायचं नाही. मला दुसऱ्या लेबर पेन झाले होते त्यावेळी हा माणूस झोपला होता. बायको लेबर मध्ये असताना अशी कोणाला झोप येईल का? माझी आई गमतीने नेहमी म्हणायची जावईबापू अगदी स्मशानात पण झोपतील. त्यांच्या मागे बरीच नावे

ठेवली जात असत; पण त्याचं त्यांना काही घेणं देणं नव्हतं. हातावर पाणी पडल्या पडल्या त्यांना झोपायचं असे. त्यामुळे कुठेही जायला त्यांना कंटाळा यायचा. मला सगळीकडे जावे लागे. संध्याकाळी टापटीप कपडे घालून फिरायची वेगळे पदार्थ खायची उगाच विंडो शॉपिंग करायची जत्रेत फिरल्यासारखे फिरायचे हे त्यांचे छंद. दर तासाने चहा आणि खाणे लागायचे.

त्यांनी त्यांची सवय कधीही बदलली नाही स्वतःच्या चुका कधी सुधारल्या नाहीत कधी काही ऐकण्याचा प्रयत्नही केला नाही आम्हीच त्यांना सोडून दिले. मला अटॅक आला होता त्या रात्री मात्र त्यांना झोप आली नाही. मुलं आपापल्या घरी राहतात आता आम्ही इथे दोघच राहतो.. त्यामुळे आमचे ध्यान अधिकच विसराळू होत चालले आहेत. त्यामुळे सारखं सारखं ध्यान द्यावे लागते. मी काही विसरतो हेच मुळात त्यांना मान्य नाही. हॉटेलात जाऊन खातात पैसे मोबाईल घरीच विसरलेला असतो. दोन वेळा मलाही सोडून आले होते रस्त्यावरील लोकांनी सांगितले काकू मागेच राहिल्या मग आले परत न्यायला. कितीही सांगितले तरी ध्यानात राहत नाही वर म्हणतात मी कधीच विसरत नाही. आता मग मलाच लागते ध्यान द्यायला.

31

सल

स्वातीला पुण्यात येऊन दहा वर्षे झाली. गांधीनगर मध्ये डुप्लेक्स फ्लॅट, दोन गोजिरवाणी मुले, गुणी देखना नवरा सारं कसं आलबेल दृष्ट लागण्यासारखं. सुख कधीकधी बोचतं. तसंच तिच्याही मनात कायम काहीतरी सलत होतं. तिला ते कळत नव्हतं. नेमकं काय हवे आहे, कशाची कमी भासते, आपल्याला जीवनात हेच कोडं सुटत नव्हतं. स्वाती नेहमी हसतमुख, आल्यागेल्यांचं आपुलकीने करणारी गृहिणी होती. घरात सुबत्ता होती. मुले उत्तम शाळेत शिकत होती. तिलाही कीटी होती, क्लब होता. समीर उत्तम जोडीदार होता, त्याने तिला कधी दुखावले नाही. तिच्या सुखाची तो पुरेपूर काळजी घ्यायचा. टूर ला गेल्यावर सारखा फोन करायचा. काही मागायच्या आधी तिला मिळायचे, कधी कशाचा हट्ट करावा लागला नाही. समीर फार जपायचा हवे-नको पाहायचा. खूप प्रेम होतं दोघांचे एकमेकावर. तिचा वाढदिवस दोन दिवसावर आला होता. समीर अमेरिकेत होता वाढदिवसा पर्यंत येईन म्हणाला.

मुलांना सुट्टी लागलेली ती आजोळी गेलेली घरात स्वाती एकटी बोर झाली. तिने दोन मैत्रिणींना फोन लावला. नयना म्हणाली मला वेळ नाही तू काची ला फोन लाव तिने काचीला फोन लावला. काची म्हणाली माझ्या मैत्रिणीचा वाढदिवस आहे तू आम्हाला जॉईन हो. काची चे मित्र आले होते त्यांचं सेलिब्रेशन नेहमी ग्रँड असायचे. ते सगळे

इव्हेंट वाले होते. त्यांचे लाईफ स्वातीला आवडायचे. स्वातीने छान वन पीस घातला, त्यावर नाजूक हिऱ्याचे मोजकेच भूषणे घातली, महागडा परफ्युम मारला. परत एकदा स्वतःला आरशात पाहिले स्वतःवरच खुश होत तिने घरावर नजर मारली. सर्व ठीक आहे पाहून तिला बाहेर पडायचे होते.

हल्ली चोऱ्या फार होऊ लागलेल्या. महत्वाची कागदपत्रे अधिक आणि ज्वेलरी समीरने लॉकरमध्ये ठेवले होते. तसा डुप्लेक्स फ्लॅट सेफ होता. स्वाती काही दिवस एकटीच राहणार होती म्हणून तिने काळजी घेतलेली. मेन लॉक बंद करत कॅब ने हॉटेलवर पोहोचली. तिच्याकडे पाहून काची ने डोळा मारला म्हणाली आय हाय आज कोणाला मारणार मॅडम. काय दिसतेस तू सु कोण म्हणेल तू दोन मुलांची आई आहेस. स्वातीला ती नेहमी लाडात सु म्हणायची आणि नयना ला नु म्हणायची. काची ने आपल्या मित्रमैत्रिणींशी स्वाती ची ओळख करून दिली.

कोणीतरी तिच्या हातात वाईन आणून दिली स्वाती कधी ड्रिंक्स घेत नव्हती. कोणी आपल्याला काकूबाई समजू नये म्हणून तिने ते हातात घेतले. कोणी जवळ आल्यास ती एक हलका घोट घ्यायची. असं करता करता कोणी शॅम्पेन ही आणून दिली ती अशीच ती पीत राहिली. खाणे झाले. डान्स फ्लोर झाला. ते वातावरण तो माहोल तिला फार आवडला. ती मनापासून त्यात सामील झाली. अशा पार्टीत ती पहिल्यांदाच आली होती. त्यात तिने ड्रिंक्स घेतले, परक्या मुलाबरोबर डान्स केला. त्तिला काही वेगळेच फील होत होते. काहीतरी हवेहवेसे वाटत होते. पुन्हा एकदा तिची सल उभारून आली. स्वातीला ड्रिंक्स जास्त झाले काची ने तिला घरी आणून सोडले. दरवाजा उघडून तिने लोटला, ती निघून गेली. स्वाती तशी पर्स टाकून बेडरूम मध्ये आली. कपाटातला जिरी नाईट गाऊन उचलला; अंगावरील वनपीस असाच काढून फेकला. कसाबसा गाऊन चढवला तेवढ्यात दोनदा पडता पडता वाचली. नाईटी लॅम्प लावला. बेडरूममध्ये वेगळेच वातावरण तयार झाले समीर ने खास रूम कशी तयार करून घेतली होती. तो रोमँटिक मूडमध्ये असल्यास तो हा लॅम्प लावे त्यामुळे रूममध्ये चांदण्या रात्रीचा फील येई. निळा मंद प्रकाश थंड झालेल्या बेडरूम मध्ये मदहोश करणारा सुगंध पसरवित होता.

अशा वातावरणात त्यांचा प्रणय खुलत असे. आता स्वातीचा मोड अगदी तसाच झालेला होता. चुकून तिने तो लॅम्प लावला आणि वातावरण रोमॅंटिक झाले. तिची इच्छा तीव्र झाली ती स्वतः स्वतःला स्पर्श करीत होती. आता ती पूर्ण नशेच्या आहारी गेली होती. तिने अंगावरील गाऊन भिरकावला आणि स्वतःवरच प्रेम करीत होती. त्याने समाधान लाभत नव्हते तोच तिच्या अंगावर पुरुषी हात फिरू लागला. तिने तो पटकन धरला आणि हवा तसा फिरवू लागली त्यात तिला आनंद मिळू लागला. अलगत कोणीतरी तिचे ओठ ताब्यात घेतले. ती रोमांचित झाली तिला धीर धरवत नव्हता. कधी एकदा मनाचे समाधान होते असे झाले त्यांचा प्रणय वाढत वाढत रंगात आला. प्रणय आणि परमोच्च शिखर गाठले तिच्या तोंडून आनंदाचे चित्कार निघू लागले. अतीव सुखाने तिला शांत झोप लागली. तापलेल्या धरणीला पावसाची सर हवी होती ती तिला मिळाली. सकाळी फोन च्या आवाजाने ती जागी झाली तिला तो फोन उचलायचा नव्हता. थोडं अजून त्या आनंदाच्या आठवणीत लोळायचे होते. असे परमोच्च शिखर समीर च्या सहवासात कधीच गाठता आले नव्हते. एका रात्री वरती आपले आयुष्य काढणार होती. तिच्या मनातून सल निघाली होती. कुठलाही सारासार विचार तिला करायचा नव्हता, कोण काय तिला आठवायचे नव्हते. तिला काहीच गैर वाटले नाही नशेचा अंमल अजून बाकी होता. काही वेळाने ती भानावर आली, तिला रात्रीचे सारे धूसर धूसर आठवू लागले. त्याने ती कावरीबावरी झाली. आपल्याबरोबर खरंच हे सर्व घडले की आपला भ्रम होता. पण भ्रम कसा असेल आपल्या शरीरावरच्या या खुणा या जखमा कशा होतील, या विचारात तिने गरम पाण्याने टब भरला सुगंधित बॉडी वॉश टाकून त्या पाण्यात शिरली. गरम पाणी दुखऱ्या अंगाला शिकवत होते. ती गुणगुणायला लागली. "जादू है नशा है या मदहोशी या" बराच वेळ त्या पाण्यात ती पडून होती. उद्या समीर येणार होता त्याला रिसिव्ह करायला जायचे होते. बेडरूम मध्ये येऊन आवरून तिने मस्त कडक चहा बनवला ब्रेड बटर घेऊन टेबलावर बसली. आज तिला मस्त वाटत होते तेवढ्यात डोअरबेल वाजली. दार उघडताच कोणी दिसले नाही. खाली मात्र एक बुके आणि परफ्यूम दिसला. त्यावर एक नोट होती नोट

वाचून तिला खात्री पटली तो एक भ्रम नव्हता. चलो कोई बात नही.
झालं गेलं आजचा दिवस नवा. तिने काचीला फोन लावला तिला फक्त
"थँक्स" म्हणाली. नोट वरचे शब्द डोक्यात फिरत होते; चोरी करायला
आलो होतो तूच चोरलेस मला

32

धाडस

मजबूरी कधीकधी धाडस करायला भाग पाडते .मुलगी झाल्यावर कशीबशी अर्धा गुंठा जागा घेतली. होती त्याचेच कर्ज डोक्यावर होते .राहात असलेल्या रूमचा घर मालक तगादा लावत घर खाली करण्याचा रोज यायचा. अजून पैशांची कोणती सोय झाली नव्हती. नवर्याच्या कॅन्टीनच्या नोकरीत बँक लोन देईना, जागा घ्यायला आधीच सोसायटी मधून अंगावर पैसे घेतलेले. एक पतपेडीतून थोडे पैसे व्याजाने मिळाले, अजून एका कडून व्याजाने पैसे उचलले, असेच कुठून कुठून पैसा गोळा करत जागेवर एक सिंगल रूम बांधली. त्यांचा पगार येतात संपू लागला, उसनवारी उधारी चालू झाली.

बाहेर पडून नोकरी शोधावी; असे ठरवुन अर्धा-पाऊण तास वावर असलेल्या उद्योगिक सोसायटी वसाहतीकडे चालत नोकरी पाहायला गेले. एका ठिकाणी जाकेट शिवायचे काम होते शिवण काम करणाऱ्याला नोकरी मिळत होती. मी तिथे जॉईन झालेले. एक दोन दिवस काम शिकावे म्हणून शेजारी मुलांना ठेवून जात होते. मोठ्या मोटारीची मशीन आणि घरगुती मशीन यात फार फरक होता. सुपरवायझरने त्यामुळे कटिंग चे काम दिले. दिवसभर ते तुकडे कापावे लागायचे. घराची ओढ लागे, दोन्ही मुले शेजारच्या आजीबाईंच्या घरी असायची. त्यांची सून मुलीला चिमटे काढी, पायावर मारी, एकदा मुलीच्या गालावर बोटाचे ठसे दिसले. मन तुटले तिला उराशी घेऊन कितीतरी वेळ रडत

बसले. शेजारणीला जाब विचारता आला नाही; तिची सासू मुलीला संभाळत होती, मूग गिळून गप्प बसले . आम्ही कॉन्ट्रॅक्ट तर्फे भरती झालेलो, कंपनीतल्या कामगारांनी संप केलेला. कामाची ऑर्डर द्यायची म्हणून आमची नेमणूक झालेली. कंपनीतले पहिले कामगार गेटवर उभे राहायचे, आम्हाला अडवायचे शिव्या द्यायचे, अंगावर यायचे, नको नको ते बोलायचे, त्यांच्यात आणि आमच्यात वादावादी व्हायची .मालक आमच्या बाजूने असायचा. कंपनीच्या मशीन वर बसल्यावर ती कधी जोरात पळायची, कधी लेदर फाडायची, कधी हातात जाड्या सुया घुसायच्या; कसातरी शिकत, शिव्या खात काम चालू होते. संध्याकाळी सुटल्यावर घरी जाताना रस्त्यात दोन चार जणांनी अचानक एकदम पुढे येत मला घेरले; अर्वाच्च शिव्या देऊ लागले,' काय रे हीच का ती झांसी ची रानी, कामाला जाऊ नको म्हणाले तर भांडून सर्वांची पुढारी बनलेली, सगळ्यांच्या पुढे हीच असते ना ? आता दाखव म्हणाला तुझा पुढारी पण.' मी खरं तर मनाने खूप घाबरले होते; खाली पाय लटपटत होते, हा थंड पडले होते, डोक्यात मुलांची काळजी होती मला काय झाले तर माझ्या मुलांचं काय? त्यांना मी वरकरनी घाबरत नसल्यासारखे दाखवत; विचारले काय करायचं ते करा, तुम्ही मला हात लावून दाखवा, मग मी काय करते ते पहा, नाही तुमची बंडच वाजवली, त्यावेळी मला फक्त त्यांच्या तावडीतून सुटून माझ्या घरी माझ्या मुलांकडे जायचे होते. मी घाबरत नाही पाहून; भर रस्त्यात राडा नको म्हणून त्यांच्यातला एक जण समजुतीच्या सुरात म्हणाला 'आमचे तुमच्याशी काही वैर नाही, आम्हाला तुम्हाला कामावर न जाण्यासाठी धमकवायचे आणि वेळेला मारायचे सुपारी कंपनीतल्या कामगारांनी दिली आहे. त्यांना मी म्हणाले मलाही माझा जीव असाच घालवायला वर आलेला नाही. माझ्या मुलांना शेजारी ठेवून इथे कामगारांच्या शिव्या खाते, जीव मुठीत घेऊन कामाला येते, ते फक्त माझ्या लेकरांच्या पोटात दोन घास जावे म्हणून. माझ्या मुलांच्या पुढे मला कोणतीही गोष्ट मोठी वाटत नाही. आलेला गुंड नावाजलेला होता. एक महिलेला त्रास देणे त्याला रास्त वाटले नाही. ताई तुमच्या जीवाला धोका होऊ शकतो, इतरांसाठी तुम्ही कोणतेही धाडस करू नका. आज आम्हाला सुपारी मिळाली; उद्या

कामगार कायदा हातात घेऊन मारहाण करू शकतात. जीवाला जपा' मी तशीच घरी आले.

संप मिटून सर्व ठीक झाले. पाच सहा महिने असेच गेले. ब्रेक चे दिवस आले; आडून आडून नोकरीची धमकी देत मॅनेजर संध्याकाळी भेटायला बोलवत होता. त्याला रोज नवे बहाणे सांगत मी नोकरी चालू ठेवली. एकदा साहेबांना सांगून पाहिले त्यांना मॅनेजर महत्त्वाचा वाटला. त्यांनी माझ्याकडे लक्ष दिले नाही.' दरवेळी काही ना काही कारण काढून तो मला त्रास द्यायचा. पहिल्यांदा कामगारांच्या संपा वेळी ओळख झालेल्या इन्स्पेक्टरला मी मदत मागितली. त्याने त्याला दम दिला. मात्र माझ्या सौंदर्यावर तोही भाळला, त्याला माझ्याशी मैत्री करायची होती. संपा वेळी पहिल्यांदा पोलीस स्टेशन पाहिले होते. आता इन्स्पेक्टरच्या बदलीसाठी पहिल्यांदा कमिशनर ऑफीस गाठ येण्याचे धाडस केले. बदली होताच मॅनेजर परत त्रास देऊ लागला. माझ्याकडचे संपत आलेले. रोजच्या कटकटीला मी कंटाळले होते, मुलांसाठी मला सहन करणे भाग पडत होते. रोजची लढाई उठल्यापासून रात्री झोपेपर्यंत मी लढत होते. शेवटी नोकरी सोडण्याचे धाडस केले.

सात हजाराचे कर्ज काढून एका सिंगल रूमला दुकान बनवण्याचे धाडस मला करायचे होते. दुकान चालवण्यात यांचा विरोध होता. मुलगा 12 वर्षांचा मुलगी दहा वर्षाची, दोघांचं करून दुकान सांभाळत घरचे सारे करावे लागत. त्यात काही नीट कमाई होत नव्हती. कॅसेट पार्लर चालवण्याचे धाडस करण्याचे ठरवले. रात्री अपरात्री कॅसेट घ्यायला लोक येऊ लागली. व्हिडीओ लावून द्यायला सांगू लागले, लहान मुलाला झोपेतून उठवून त्यांच्यासोबत पाठवायला जीव वरखाली व्हायचा .त्याच्या डोळ्यावरची झोप, तोंडावरची नाराजी स्पष्ट दिसायची. सकाळी शाळा असल्यामुळे त्याची झोप पूर्ण होत नव्हती. तो कधी अंगाने भरला नाही. नवऱ्याच्या सेकंड शिफ्ट आणि नाईट शिफ्ट च्या दिवसात कॅसेट आणि व्हिडिओ चा बिजनेस पहावा लागायचा. यावेळी लोकांच्या घाणेरड्या नजरेचा खूप त्रास जाणवायचा. मी महिला असल्याने कधीकधी त्यांना जी कॅसेट हवी ती मागता यायची नाही. मला फार अवघडल्यासारखे व्हायचे मी एक मार्ग त्यांना सुचवला दाराबाहेरच

राहात कागदावर लिहून दिल्यावर ती कॅसेट कागदात गुंडाळून देणे. शेजारीपाजारी नावे ठेवत. मजबुरी मुळे हे धाडस कर ना मला भाग पाडत होते ;त्यामुळे कुचंबणा फार सहन करावी लागली. मी महिला त्यात असा बिजनेस; कधीकधी मुलासोबत व्हिडीओ लावलेल्या ठिकाणी जावे लागे. सकाळी टीव्ही खांद्यावर उचलून आणावा लागे .कधी लाज बाळगली नाही किंतु परंतु केले नाही., मी हे सारं करत होते माझ्या मुलांना मला चांगले शिक्षण द्यायचे होते.

मुलगा दहावीत असताना पुन्हा एकदा धाडस करायचे ठरवले छोट्या घराचे दोन मजली बनवण्याचे. जमा केलेले पैसे, काही दागिने आणि कर्ज यावर झेप घ्यायची ठरवली. मुलांची शिक्षणे चालू होती. डोक्यावर कर्ज होते. तरी मुलाला इंजिनिअर करायचा निर्णय घेतला. मुलीला एअरहोस्टेस व्हायचे होते. घरातून तिला प्रचंड विरोध झाला. स्वतः तिचे पप्पा तिच्याविरुद्ध होते, पैसे देणार नाही म्हणाले. सगळ्यांना उत्तर देत ठाम राहून; मी तिच्यासाठी एज्युकेशन लोन घेऊन तिला त्या फ्रांकफिंन संस्थेमध्ये कोर्स ला टाकले. बरेच दिवस घरात वाद रुसवा सहन केला. ‘आपल्या घरात कोणी छोटे कपडे घालून, अशी नोकरी करीत नाही तिला होम सायन्स करू दे’ असे गावरान तिच्या काकांचे म्हणणे होते. त्यांच्या विरोधात जाऊन मी तिला शिकवले. आज परदेशात शितल आहे प्रत्येक वेळी आव्हाने स्वीकारत आलेल्या संकटाचा धाडसाने सामना करीत वयाची साठी गाठली. आता लिखाणाचे नवे धाडस स्वीकारले आहे.

33

गावची जत्रा

हनुमान जयंती महिन्यावर आली होती. हनुमान जयंती नंतर दोन दिवस जत्रा चालायची. गावचे दैवत भैरवनाथाची यात्रा म्हणजे गावाला सणाचा दिवस, पाहुणे यायचे. गाव इतिहासातले; इतिहासाची परंपरा असलेले. भोज राजाचे भोजापूर. आता राज्यकर्त्यांच्या ताब्यात होते. राजवाड्याचे अवशेष इतिहासाची साक्ष देत दिसत होते. पूर्वीचे शिवालय तळ्याच्या गाळात लुप्त झाले, त्यावर नवे मंदिर बांधण्यात आलेले. बाजूचा परिसर स्वच्छ करून सुशोभित केलेला. तळ्यातील गाळ काढून बोटिंगची व्यवस्था केलेली. गावाला नव्या पणाचा बाज चढत होता. गाव कात टाकत होते. गावाच्या बाजूने नव्या वसाहती वसू लागलेल्या. बाहेर गावाहून लोकांचे लोंढे वसाहतीत राहण्यास येत होते. हजाराचे गाव लाखात पोहोचले होते

नव्या इमारती, दुकान जागी मॉल, मोठे रस्ते, ब्रिज नाट्यगृह, तालमीच्या जागी जिम. हे सारे शहरी पणाचा आव आणीत होते. शहरी पणा अंगीकारत गाव तसं गावठी होते. यात्रेसाठी गावाची मीटिंग होणार होती. मीटिंगसाठी गावच्या आमदारांना वेळ मिळेना .आमदारा शिवाय मीटिंग घ्यावी तर पंचाईत. पहलवान आमदार नगरसेवकांना भेटणे मुश्कील झाले .गावची जुनी खोड डोकं चालवायला लागले. त्यांची मीटिंग भरायची. रोज नवे फर्मान नगरसेवकाच्या हातात पडायचे. असं ठेवा, तसे करा, याला बोलवा, तमक्याचे भाषण ठेवा त्यांच्या सूचनांचा

पाऊस पडू लागला. नगरसेवक दोन्हीकडून कात्रीत सापडत होते. नगर पालिकेत जाऊन कामे करावी की यांची चाकरी. बायकांना नवे अस्त्र मिळालेले बचत गट; त्यांचा ते फायदा घेत होत्या, नव्या बनलेल्या सावकार आणि उद्योजिका सरकारने त्यांना ३३ टक्के देऊन तेहतीस कोटी देवांना कामाला लावलेले. त्यांचं तर ऐकायलाच पाहिजे .नाहीतर कधी लाटणे, कधी झाडू कधी, हंडा मोर्चा ठरलेलाच. बिचारे नगरसेवक त्यांच्या तालावर नाचायचे.

एकदाची मीटिंग ठरली. मीटिंग साठी आमंत्रणे सगळ्यांना वेळेत देण्यासाठी; नगरसेवक नवे नोकर बनून, माकडासारखे इकडून तिकडे फिरत होते. उद्या मिटिंग जुनी खोड मनात मांडे मांडू लागली; कोण काय बोलणार, बचत गटांच्या अध्यक्षांची पण तयारी झाली. आपण न केलेल्या कामाचे श्रेय मिळवून नाव कसं होईल याचा विचार आमदार करीत होते. सगळ्यांना कामाला लावून कमी बजेट मध्ये जत्रा निपटवून लोकांच्या मनावर आपलं नाव कसं बसवता येईल याची काळजी घेत होते. मंत्र्यांच्या डोळ्यात, आणि टीव्हीवर आपणच कसे दिसू हे आमदार अगदी जातीने ठरवणार होते. सगळ्यांचा मेंदू कामाला लागलेला. रात्र वैऱ्याची होती. मीटिंग म्हणजे आपले म्हणणे गळी उतरवण्याचा एकमेव साधन. नाना, भाऊ, तात्या झॅक कपडे घालून मारुतीच्या मंदिरात आधीच पोहोचले. मग आल्या बायका. अकरा वाजत आले तरी; नगरसेवक हजर नाहीत ते एक वाजता तिथे आले. तोपर्यंत सगळ्यांच्या पोटात कावळे कोकलू लागले. मिटींग असल्यास खाण्याची व्यवस्था नानाकडे असायची. सगळे त्यांच्याकडे पाहू लागले. नाना तात्या ला डोळा मारत भाऊंना म्हणाले; आज भाऊ करणार आहेत व्यवस्था. आपले नाव येतात भाऊ गडबडले. नानाचा निशाणा आज आपल्यावरच आहे पाहून ते सावध झाले. स्वतःचा बचाव करण्याकरिता त्यांनी मागची मिरवणूक आपल्या दारावरून न्या म्हणताना तुम्ही नेली नव्हती,. मग आम्ही कशाला आमची काडी मोडायची. ज्यांच्या दारावरून नेली मिरवणूक त्यांना सांगा व्यवस्था करायला. प्रकरण आपल्यावरच शेकलं पाहात तात्यांची बोलती बंद झाली. बाहेर गडबड ऐकू आली; मंत्री आल्याच्या थाटात आमदार प्रवेश कर्ते झाले. उगाच प्रकरण आपल्यावर

येऊ नये म्हणून त्यांनी डायरेक्ट विषयाला हात घातला. गेल्या वर्षी खर्च होऊन राहिलेली शिल्लक, आलेला निधी, मिळालेली देणगी, दानपेटीत जमा झालेली रक्कम, आणि गोळा झालेली वर्गणी सगळे मिळून किती झाले. ते सांगा पटापट. विश्वस्त मंडळी गडबडली. त्यांचा हिशोब नीट झाला नव्हता. कुठून दाखवणार शिल्लक, कुठून दाखवणार निधी तो तर आमदारांकडून येतो .त्यांना कोण विचारणार. यावर्षी चे यजमान पदासाठी कोण जास्त वर्गणी देणार; त्यांना द्यायचे. कोण किती टेंडर भरतोय जो; कमी दर देईल त्याला देऊ. त्यावरच ठरवू. स्टॉलचे भाडे दुप्पट करा, शहरासारखी व्यवस्था करा. हार, फुले, प्रसाद, नारळ, हॉटेल, लॉज यांचे ठेके आपल्या पोरांना द्या. स्टॉल पण आपलेच अधिक लागले पाहिजेत. बाहेरच्या कोणाला देऊ नका. सगळ्यांची बोली अधिक लावा. बैलांची व्यवस्था चोख ठेवा. शर्यतीत आपल्या पाहुण्यांच्या गाड्या जास्त असू देत, आमच्या पोरास्नी जास्तीत जास्त कामाला लावा. पिण्याचे पाणी, तालीम स्वच्छ करून चांगली माती भरून तयार ठेवा. पेहेलवानास्नी उत्तम खुराक पोहोचवा. आपले पैलवान जिंकले पाहिजेत. गावातून जाहिरीती ची रिक्षा फिरवा. नगरसेवक हायसा तुम्ही लागा कामाला नगराच्या. आमदार निधी विषयी काहीच न बोलता न्यूस चॅनेल शी आपणच काय ते बोलणार म्हणत आमदारांचा ताफा आला तसा निघून गेला. जुनी खोड, बायकांच्या महिला अध्यक्ष तोंडात मारल्यागत गप्प बसून फक्त ऐकत राहिले होते. मिटींगला आमंत्रण देऊन फक्त ऐकण्यासाठी बोलावले होते; हे त्यांना आता कळले. आमदारांचा एककल्ली कारभार; त्यांचं सारं आधीच ठरलेलं. मीटिंग ठेवण्याचा फक्त एक बहाना होता; फर्मान जारी करण्याचा. आपसात चर्चा होऊ लागली. नाना, तात्या, भाऊ त्यांचे पारे चढले. त्यांना बाया सामील झाल्या. आपल्याला कोणी विचारले नाही; आपला अपमान झाल्यासारखे त्यांना वाटू लागले. उत्साहावर पाणी पडले. भाऊ म्हणाले चला आता कावळे बाहेर पडून कावकाव करतील. घरला जाऊन दोन घास पोटात घालवा. आपलं नाही राहिलं आता गाव, आणि गावातला मान.

आमदारांना कोण विरोध करणार. जत्रेच्या पावत्या, पुस्तक, स्टॉल ठेके सर्व आमदारांच्या आणि नगरसेवकाच्या माणसांना वाटण्यात आले

. बचत गटाला दिखाव्यासाठी एक दोन स्टॉल मिळाले. गावकऱ्यांची श्रद्धा भैरवनाथावर ते फक्त पालखीच्या मानासाठी धडपडत राहिले. त्यांची घुसमट मनात घरात चरफडत निघाली. मिरवणूक आपल्या आळीतून कशी जाईल हेच ते मागत राहिले. श्रद्धेचा आणि विश्वासाचा झालेला बाजार त्यांना दिसत नव्हता. जत्रा भरली सगळीकडे आमदाराचा उदोउदो दिसत होता. बैलगाडी शर्यती, कुस्ती पहलवान त्यांचाच, स्टॉल चे ठेके त्यांचेच, टीव्ही चॅनल वर फोटो त्यांचेच, जत्रेचे सारे श्रेय त्यांना. पूजेचा मान मंत्र्यांना देऊन आपली स्वीट पक्की करणारे तेच, जत्रेची मलई खाणारे राजकर्ते खुश, त्यांची कार्यकर्ते मंडळी खुश, मान मिळाला म्हणून जुनी खोड खुश, एक दोन स्टॉल मिळालेले महिला अध्यक्षा खुश, दोन-तीन दिवस लोकांचे मनोरंजन झाले ते खुश., श्रद्धेने झालेली पूजा, मिळालेला प्रसाद, नवीन वस्त्र, दागिने, विशेष मिळालेली देखभाल, याने देवखुष. सगळ्यांना खुश करून आमदार कृतकृत झाले. पुढच्या वर्षी साठी सज्ज झाले.

34

शिक्षा कि शिक्षा

शाळेत पालक मिटींग होती. म्हणून सर्व जण जमले होते. काही पालक टीचर वर नाराज होती. काही शाळेवर नाराज होते. नवीन शहरातून बदली होऊन आलेल्या शालिनी मॅडमने काही घोळ घातलेला होता. सगळ्यांची तोंडे वाजत होती. शिपाई त्यांना शांत राहण्यास सांगत होता. जरा पुढारलेलं गाव होतं. शहराची हवा लागलेली; सगळे अति शहाणे झालेली, त्याचं कोण ऐकत. ज्याला त्याला आपण शाळा चालवतो हा भ्रम झालेला. टीचरनी शिक्षा केली की आले पालक कायदा दाखवत. हल्ली ते फॅड आलेले. शालिनी बाईनी एका विद्‌यार्थ्याला उभे केले त्यामुळे त्याला चक्कर आली असं पालकांचं म्हणणं होतं. तर बाईंचं पालकांची चूक आहे असं म्हणणं होतं. शालिनी मॅडम मोठ्या शाळेत शिकवत. शाळा शहरातली एकदम हाय फाय. सगळे पालक नोकरी-व्यवसाय करणारे, त्यांनी शाळेला किंवा टीचरला कधी नावे ठेवली नाही, की जाब विचारायला आले नाही .तिथलाच पॅटर्न त्यांनी इथे वापरला.

प्रिन्सिपल आले सगळे शांत झाले. त्यांनी बोला म्हटल्यावर परत एकच गोंधळ माजला. शेवटी प्रथम पालकांनी नंतर त्याचे स्पष्टीकरण टीचरने करावे अशी घोषणा केली. एक जण म्हणाला आमच्या मुलाला अशी शिक्षा का दिली की चक्करच आली त्याला, दुसरा म्हणाला मुले घरी अभ्यास करीत नाहीत मग शाळेत करून का घेत नाही. आम्ही शाळेची फी वेळेवर भरतो मग होमवर्क देऊन आम्हाला का कामाला

लावता. तिसरा दीड शहाणा म्हणाला आमचं काम शाळेची फी भरणं
आहे; आणि शाळेत पाठवणं आहे ते आम्ही करतोच बाकीचं काय ते
तुमचं तुम्ही करायचं बघा . आमच्या बाबांनी आम्हास कामास लावलं
नाही कधी. प्रिन्सिपल म्हणाले अजून आहेत प्रश्न ही झालं विचारून
तुमचं आता. बोलूद्या बाईंना. बोला शालिनी बाई काय म्हणणं आहे
तुमचं. प्रिन्सिपल साहेब मी या मुलांना शिस्त लागावी म्हणून फक्त;
घरचा अभ्यास करून आणला नाही त्यासाठी पंधरा मिनिटे उभे केले
एवढ्यात कुणाला चक्कर येत नाही. खरं कारण वेगळं असेल त्या
गोष्टीचा एवढा इशु केला जातोय सर. परत एक जण म्हणाला वेगळं
कारण काय आहे ते सांगा आता; आमची चूक पण दाखवा मग पुढचं
बोलू. शालिनी मॅडम म्हणाल्या मी या मुलांची क्लास टीचर आहे. मला
या मुलांचे गुण-अवगुण बरोबर दिसतात. ते कसे मी सांगते तुमचा
मुलगा भूषण शाळेत. पेंगत असतो त्याला शिकवलेलं कसं कळणार.
एकदा मी विचारले तर म्हणाला पप्पा सकाळी गाण्याच्या क्लास ला
नेतात मला गाणे आवडत नाही मला झोपायचे असते. हा स्वप्नील
होमवर्क कधीच पूर्ण करून आणीत नाही विचारले तर म्हणतो आई
सारखी सारखी काम सांगते मला वेळच मिळत नाही. हा अवि नेहमी
दुसऱ्यांचा डबा हिसकावून खातो, नाही तर मुलांना मारतो कारण
त्याच्या डब्यात नेहमी बाहेरचे पदार्थ असतात. कोणी तबला शिकतो,
कोण शेतात काम करतो, कोण इतर क्लासेस करतो. पालकांना वाटते
आपल्या मुलांनी सगळं शिकावे, आपलं नाव लौकिक पसरावा, आपल्या
इच्छा पूर्ण कराव्यात; पण मुलांचं काय, त्यांचा जीव किती, तुमच्या
अपेक्षांचं ओझं ते कसं पेलणार, त्यांचं बालपण हरवत चालले, त्यांच्या
शारीरिक गरजेचे काय, त्यांच्या आरोग्याचे काय शाळेच्या कॉम्पिटिशन
क्लासेस, इतर क्लासेस यामध्ये गुदमरून जातात कोवळे जीव .चूक
कोणाची आहे, शाळेची, टीचर ची, की पालकांची. मॅडम बोलतात ते
पालकांना पटत होते पण ते मानत नव्हते. शेवटी लहान सहान शिक्षा
करण्यावर त्यांचे एकमत झाले. प्रिन्सिपल ने हुश केले. त्यांना शाळा
चालवायची होती बंद पाडायची नव्हती. त्यांच्या केबिनमध्ये आले
;मनात मात्र हसत होती, काय जमाना आलाय शिक्षा काय केली

पालकांनी शाळा डोक्यावर घेतली .नाहीतर आमच्या वेळेला एकच मंत्र होता. छडी लागे छम छम विद्या येई घम घम. त्यामुळे आज मी या ठिकाणी आहे. एक चांगले पालक, एक चांगले नागरिक म्हणून व माणूस म्हणून घडलो. मनोमन आपल्या शिक्षकांना त्यांनी प्रणाम केला.

शालिनीबाई नवऱ्याची बदली झाली म्हणून त्या या गावात आल्या होत्या. तशीच वनिता देखील नवीन आली होती. ती जरा रागातच असे अनिच्छेने इथे वावरत होती. शालिनी ने तिला मैत्री करावी म्हणून जरा विचारपूस केली. मन हलकं करण्यास वनिताला कोणीतरी हवच होतं. तुनकतच म्हणाली शिक्षकाची नोकरी म्हणजे एक प्रकारची शिक्षा आहे. इलेक्शन ची कामे करा, जनगणनेची कामे करा, अजून काय निघाले तर ते करा, शिवाय घरची कामे आहेतच. मुला नवऱ्याचं करून धावत पळत शाळेत या इथे तरी काय; आज-काल पालक शुल्लक गोष्टीवरून वाद घालतात. इलेक्शन ची ड्युटी लागली; उन्हातानात फिरावं लागतं, पायऱ्या वर खाली कराव्या लागतात. फार त्रास होतो म्हणून अधिकच काम करीत नाही म्हंटल्यावर; झाली बदली लगेच या गावात. नवऱ्याच्या पगारात भागत नाही; नोकरी कशी सोडणार. आलिया भोगासी आले या गावात. शनिवारी अर्धा दिवस शाळा होती चला आज अर्धा दिवस उद्या पूर्ण दिवस कुटुंबासाठी वेळ देऊ असं ठरवून शालिनी ने आपला वर्ग घेतला आणि स्टाफ रूम मध्ये आल्या. वनिता आधीच बसलेली दिसली आपल्याला इथे सुख नाहीत; उद्या जायचे आहे सरपंचाकडे कसला तरी कार्यक्रम आहे देव जाने. प्रिन्सिपल आले शिक्षकांच्या हातात उद्याच्या कामाची यादी दिली. कारखानीस तुम्ही देणे-घेणे बघा, वनिता बाई मुलांच्या करमणुकीचे कार्यक्रम ठरवा, शालिनी बाई मुलांना आगत-स्वागत करायला शिकवा. गोंदे सर तुम्ही निमंत्रण पत्रिका वर नावे लिहा, अजून सरपंच बाई सांगतील तशी सर्व तयारी करा. चला कामाला लागा आणि नंतर आपल्या घरी जा. वनिता म्हणाली पाहिलत मला का राग येतो ते; कुठेही जा शिक्षकांना कामे आहेत. काम करा नाही तर नोकरी गमवा.

सर्व शिक्षक वाड्यावर पोहोचले. सरपंच बाईंनी सगळ्यांना चहापाणी सांगून, काय काय करायचे आहे ते सांगितले; शिवाय दमही दिला.

आपल्या गावची शान आणि घरचं कार्य असं समजून काम करा. सम्द व्यवस्थित झालं पाहिजे नाहीतर पाहुण्यांना बोलायला जागा मिळेल; तवा सम्द ठीक करा नाहीतर सरपंच हाय आणि तुमची शाळा. एकदाचा कार्यक्रम पार पडला. सगळ्यांनी सुस्कारा सोडला. कार्य मात्र भारी झाले .सरपंच ने काही कमी ठेवले नव्हते. सगळ्या गावाला आगर्हाहाचे जेवण होते. बरेच दिवस कार्याची गावात चर्चा चालू होती.

स्टाफ रूम मध्ये शालिनी वनिताला म्हणाली काय करायचं बाई मुलं अभ्यास नीट करीत नाहीत. त्यांचे कपडे नीटनेटके नसतात. कधी आंघोळही केलेली नसते, कपडे आणि केस विस्कटलेले असतात, दप्तर ही फाटके असते; यावरून काल एकाला घरी पाठवले. वनिता म्हणाली अहो मॅडम कशाला नसत्या भानगडीत पडता मुलं शिको व ना शिको आपण आपलं काम करीत राहायचं; आपल्याला बाकी काही नाही करायचं. बाहेर आरडाओरडा सुरू होता. दोघी बाहेर आल्या एक बाई आपल्या मुलाला ढकलत, मारत ओरडत होती. परत घरी आला तर तांगडे मोडीन. घुमान शाळा शिकायची. आता दाखव कोणची हाय तुझी मॅडम. शालिनी पुढे आली; तशी ती एकदम अंगावर आल्यासारखी पुढे आली. बाई कशाला घरला धाडता मुलाला. शाळेत शिकून मोठं करायचा आहे. मोठा साहेब कसा बनणार असं घरला धाडल तर; बाहेर पोरगं उनाडक्या करीत होतं. हुडकून हुडकून आणायला लागलं. यात दिस गेला आता मजुरी तुम्ही देणार हावका ? इतका वखत झाला अजुक सरपंच कावल. दोन वेळेला पोटाला मिळायची मारामार त्यात बुकंबिकं वेगळ कुठून आणायचं. दप्तर नाही तर पिशवी हाय शिवलेली त्याच्यावर भागवा. शाळा कशीबी शिकवा; पर घरला धाडू नका. आता पाया पडून सांगते, नाहीतर सरपंचास मी सांगण. त्यांचंच काम करतोय आम्ही. या बाईच्या तोंडाला काय लागायचे म्हणत शालिनी गप्प बसली. शिक्षा देणाऱ्या शिक्षकांनाच शिक्षा होत होती.

35

भूल

गावात बांधकाम असल्यास नेहमी वाळूचा ट्रक जगन आणून टाकीत असे. कपड्यांचा शोकीन दिल फेक आशिक होता. गावातल्या पोरींवर नजर ठेवणारा आणि पांचट विनोद करणारा. जगण्याच्या नादी लागली पाटलाची पोर; त्याच्या शहरी पणाला भुललेली. प्रत्येक वेळी तिला काही ना काही आणून देत असायचा. जगण्या तिला फार आवडायचा. त्याने त्याच्या बोलण्यात तिला भुलवले होते. हळूहळू ती त्याच्या प्रेमात पागल झाली. पाटलाच्या वाड्यावर सकाळपासूनच गडबड चालू होती. आज मनीचा टिळा होता. मनी म्हणजे पाटलाची एकुलती एक मुलगी मनीषा. पाहुणे मंडळी आली कार्यक्रम बाहेर चालू झालेला. कागदाचा एक गोळा तिच्या खिडकीतून पडला. मनीषा घाबरली, तशीच बाहेर येऊन टिळाला बसली, कार्यक्रम पार पडला, तारीख ठरली, सुपारी फुटली, याद्या बनवल्या. हे सारं ती पहात होती. पाटील ताठ मानेने गावात फिरून सगळ्यांची खुशाली विचारत होते.

गावात मान आणि दरारा असलेला पाटील. वयात आलेल्या मुली कसलाही विचार करण्याच्या पलीकडे असतात. तसंच मनिषाची होतो सहजासहजी हातात सारं मिळत होतो म्हणून तिला त्याची किंमत नव्हती. तिला शहराचं आकर्षण होतं. लग्न दोन दिवसावर आल्याने वाड्यात जरा जास्त वर्दळ होती. वाळू घेऊन आलेल्या जगण्याला कळले त्याने मनीषाला गोड बोलण्यात पटवत, आपण आपल्या जीवाचं काही

तरी बरं वाईट करून घेणार, आपला खूप आहे जीव आहे तुझ्यावर, मी आता जगत नसतो. ती त्याच्या बोलण्यात आली. लग्नासाठी बनवलेले दागिने घेऊन आपण लग्न करू; नंतर सर्व ठीक झाल्यावर आबांच्या पायावर पडून माफी मागू. सगळं पहिल्या सारखे होईल. तुझे आबा आपल्याला माफ करतील .आता पळून जाऊन लग्न करू. असं ब्लॅकमेल करीत तो तिला दुपारी पळून येण्यास राजी करीत होता. मनीषा त्याच्या हो ला हो म्हणाली. त्याच्या बोलण्यात आली मनाच्या कोपऱ्यात कुठेतरी घराविषयी काळजी होती. दुपारचं सामसूम झाल्यावर त्याने ट्रकच्या वाड्याजवळ उभा केला. तिने पटकन दागिने घेऊन आजूबाजूला पाहत चालू ट्रक मध्ये बसली. दोघे शहराकडे निघाले संध्याकाळ झाली. मनीषा कुठल्यातरी मैत्रिणीकडे गेली असेल म्हणत, आबा माई वाट पहात राहिले. रात्र झाली आता मात्र त्यांची पाचावर धारण बसली. सगळीकडे गपचूप शोधाशोध सुरू झाली. इज्जतीचा प्रश्न होता पोलिसात जाता येत नव्हते. जमेल तशी चौकशी सुरू झाली. गावात बोभाटा नको म्हणून आबा दोन दिवस वाड्याबाहेर पडले नाही, दोन दिवस घरात चुल पेटली नाही, माईने अंथरूण धरले. दादा अख्ख्या गावात बाईक वर शोधून आला. वाड्यातल्या नोकऱ्यांमध्ये कुजबुज सुरू झाली. हळूहळू गावात सगळं पसरले. दादाने सोयरीक होणार नाही असे फोन करून कळवले होते. तो एकटाच सर्व पहात होता., त्याचे डोळे भरून येत होते आपली लाडकी बहीण कुठे असेल काय करत असेल, कशी असेल, या विचाराने तो कासावीस झाला. तिने असे करावे हे त्याला पटत नव्हते. पाटील घरातच बंद झाले.

मनीषा जगण्याच्या घरी आली. घर पाहून तिचा हिरमोड झाला. घर कुठे सुरू झाले आणि कुठे संपले हेच तिला कळले नाही. दोन छोट्या खोल्या, घर तेही भाड्याचे, एकदा पहाटे पाणी येईल तेही तासभर. बाकी सगळ्या सोयी सार्वजनिक होत्या. घरात एका माणसाचे सामान होते अंथरणार काय आणि पांघरणार काय. सगळं पाहून तिला धक्का बसला. मी काय करुन बसले. असा प्रश्नही पडला मागे फिरण्याची वाट तिने स्वतःच बंद केली होती. हळूहळू तिला जगण्याबद्दल कळू लागले. तिचे दागिने विकून त्याने लागणारे सामान आणले. सकाळी जायचा रात्री

फुल टाइट होऊन यायचा. आल्यावर वाटेल तसे ओरबाडायचा. लग्नाचा विषय आज उद्या वर न्यायचा. तिला आपल्या निर्णयाचा पस्तावा होऊ लागला. मनात किती आशा ठेवून ती आली होती. पदरी फक्त निराशा पडली. रोजचा दिवस नव्या करामती घेऊन यायचा. मन मारून ती आता जगत होती. जवळचे दागिने संपले. तिने जगण्याकडे सामानासह पैसे मागितले. तुला जगण्यासाठी खायचे असेल तर कामाला जा; कोणतेही काम करून पैसा कमवा. तिचे डोळे भरून आले. आत मध्ये काही मेल्यासारखं झालं. तिला बोलून जगण्या घराबाहेर निघून गेला. आबा माईंची आठवण येऊ लागली. मन भरून आले. इथून पळून जावेसे वाटू लागले; पण जायचे कुठे, कोणाची ओळख नव्हती. रात्री परत जगण्याकडे तिने तोच विषय काढला थोडे पैसे दे म्हणाली त्याने नाही आहेत म्हणून गप्प झाला खरं तर त्याच्या खिशात पैशांचे बंडल तिने पाहिले होते. तो खोटे बोलत होता. तिने सरळ जाब विचारला. तिच्या कानाखाली बसली वर शिव्यांची बरसात झाली, तू काय माझ्या लग्नाची बायको आहेस का मला जाब विचारायला. तोंड दाबून बुक्क्याचा मार. सकाळी उठताच तिला घेरी आली. तोंड वाकडे करीत त्याने तिला डॉक्टर कडे नेले. डॉक्टर ने गोड बातमी दिली.; तिच्यापुढे मोठा प्रश्न उभा राहिला, बिन लग्नाची मी मुलाला जन्म कसा देऊ. निर्लज्ज होऊन तिने लग्नासाठी त्याची मनधरणी सुरू केली पण तो काही बधला नाही.

आपले आणि बाळाचे भविष्य बदलण्यासाठी; एक दिवस ती घर सोडून निघाली शहरालगतच्या विरुद्ध दिशेने असलेल्या दुसऱ्याच उपनगरात. एक घर सोडून चूक केली होती .जगण्याचं घर सोडून चूक सुधारण्याचा प्रयत्न करणार होती. जगण्याच्या बोलण्याची आणि प्रेमाची तिच्यावरील भूल पूर्णपणे उतरली होती. तिला माहित होते पोलीस कशा प्रकारे मदत करतात. ती तडक पोलिस स्टेशनला केली त्यांच्या हातापाया पडत निराधार महिला आश्रम आत आधार मिळवला. पडेल ते काम करून मी राहील म्हणून शब्द दिला. माई अंथरुणातच गेल्या. आबा व्यसनी झाले. भावाची सोयरीक कुठेच जुळे ना तोही शहरात आला. गावची शेती त्याने कसायला दिली. जुन्या नोकरांना आबांची जवाबदारी देऊन घर संभाळायला सांगितले. शहरात येऊन

त्याने ठोक व्यवसायास सुरुवात केली. ठोक भाजी धान्य या व्यवसायात त्याचा जम बसला. मुली सांगून येऊ लागल्या त्याचंच आज लग्न होतं. आश्रमातून कामासाठी बायकांना बोलावण्यात आले होते. त्या बायकांमध्ये मनीषा पण होती. तिला लग्न आपल्या भावाचे आहे असे समजले. तिने ओळख दाखवली नाही. आपल्यामुळे आपल्या भावाला काही त्रास तिला आवडला नसता. आपण आणि आपले नशीब. कुठल्याच आमिषाला तिला बळी पडायचे नव्हते; मग ते माहेरचे का असेना. आपण त्यांना मेलो आहोत. असंच जगायचं आणि होणाऱ्या मुलाला मोठं करायचं. तिच्या जाण्याने जगण्याला काही फरक पडला नाही. तो नव्या सावजाच्या शोधात निघाला. नवीन सावज शोधून त्याला भुलवायचे होते. आपले या जगात कोणीही नाही म्हणून आपण या महिला आश्रमात राहतो. आपला नवरा देवा घरी गेला. असेच ती सगळ्यांना सांगत होती. जगण्याचा आपल्या आयुष्यात परतण्याचा मार्ग तिला बंद करायचा होता. आपल्या मुलाला कोणतीही आशा दाखवायची नव्हती. भूतकाळात परतणाऱ्या सगळ्या दोऱ्या तिने कापून टाकल्या. आता तिला कोणतीही भूल पडणार नव्हती.

36

दुसरी

हिरजी भाई अँड सन्स नावाजलेली कंपनी होती, समीरा पदवी घेऊन या कंपनीत कामाला लागली. घरातील मोठी मुलगी कामाला लागल्यावर लहान भावांच्या मागण्या वाढल्या. पाचवीतला अनिकेत ला स्पोर्ट क्लब ला जायचे होते. तर छोटा नवीन नवे व्हिडिओ गेम मागू लागला. छोट्या बहिणीला डॉक्टर किंवा इंजिनिअर व्हायचे होते, सध्या ती बारावीत होती. तिच्या आई आप्पा मुलीला नोकरी लागली आता तिच्या लग्नाचे पाहू या असे विचार करीत होते. तिचे विचार थोडे वेगळे होते. कॉलेजात कोणाच्या प्रेमात पडली नव्हती. आता नोकरी लागली पदवीही हातात होती. प्रेमाचा थ्रिल तिला अनुभवायचा होता, प्रेमात धुंद भिजायचं होतं. आपण स्वतःहून कोणाच्या प्रेमात पडायचं नाही, पण देखले पणाने आपल्या प्रेमात कोणी पडला त्याला नाकारायचे नाही. सगळं समजून उमजून प्रेम करायचं, मग लग्न करायचे.

हिरजी भाईचा छोटा मुलगा काम शिकण्यासाठी ऑफिसात येऊ लागला. सहा महिन्यात समीराने सारं मार्गी लावलं. थोडी ओढाताण होणार होती. आता लोनचे हप्ते सुरू होणार होते, या वर्षी तरी सर्व मार्गी लागले, पुढच्या वर्षी ची तयारी ठेवावी लागणार होती. तसे मॅनेजरच्या कानावर घालून ठेवले. तिचे काम अकाउंट मध्ये होते. संध्याकाळी तीन तास एक कॅफे काऊंटर सांभाळायची. तिने दोन नवे कपडे घेतले होते; आज तिचा वाढदिवस होता. ते घालून ती ऑफिसला पोहोचली.

ऑफिसमध्ये केक सजवून ठेवला होता. धीरज मे तिच्यासाठी एक बुके सोबत मनगटी घड्याळ ठेवले होते. ऑफिसमध्ये असा वाढदिवस पहिल्यांदाच साजरा झाला, आता यापुढे असा सगळ्यांचा वाढदिवस साजरा होत राहील असे धीरज ने जाहीर केले. त्याच्या या निर्णयामुळे सगळ्यांच्या मनात त्याने घर केले. आपल्या दोन्ही भावा पेक्षा तो वेगळा होता स्टाफला आदराने वाजवायचा, सगळ्यांच्या सुखदुःखात सामील व्हायचा, वेळेला मदत करायचा. रोज तिच्या डेकवर चॉकलेट आणि गुलाब दिसू लागले. कोणी ठेवले ते कोणाला विचारावे उगाच चर्चेला कारण नको म्हणून ती गप्प बसली. महिन्याभराने गिफ्ट सोबत चॉकलेट होते .आठवड्यांनी पुन्हा तेच तिने तसेच ड्रॉवर मध्ये ढकलले. धीरज केबिन मधून तिची सर्व हालचाल व चेहऱ्यावरील भाव पाहत होता. त्याला त्यात मजा येऊ लागली. आठवड्याचे गिफ्ट तीन दिवसावर आले.

एकदा जमनाबाई धीरज ची आई ऑफिस मध्ये आल्या. त्यांना केबिनमधून तिला दाखवले. जाताना त्यांनी त्यांची पर्स तिच्या डेस्क वर ठेवली. धीरज केबिनमध्ये होता सर्व स्टाफ निघून गेला. ती पर्स तशीच होती. समीर आला कॅफे मध्ये पोहोचायचे होते. आज शनिवार कॅफेमध्ये गर्दी असायची. उद्या सुट्टी होती, पर्स कोणाकडे कशी देऊ, घरी तरी कशी घेऊन जाऊ, त्यात खूप पैसे होते. केबिनमध्ये जाऊन तिने सरांनाच देणे बरे म्हणत केबिनमध्ये आली आणि धीराजच्या पर्स हवाली करीत; त्रासाबद्दल सॉरी म्हणाली. त्याला माहित होते की तिला कॅफेत आपल्या कामावर जायचे आहे. तिथे हि पर्स ती घेऊन जाऊ शकत नव्हती. त्याने ती पर्स आपल्या आईची आहे असे सांगितले, त्यातल्या दोन बांगड्या काढून त्याने तिच्यासमोर धरल्या. तिने त्या घेतल्या नाहीत. तिच्या डोळ्यात पाणी आले. खूप स्वाभिमानी होती समीरा, काही न बोलता तशीच कॅफे मध्ये निघून आली. धीरजला वाटले आपण तिच्या भावना दुखावल्या; तोही आपले काम आटोपून कॅफेत आला. त्याने एक कॉफी तिच्यासाठी सॉरी सोबत पाठवली. तिच्याकडून कोणतीच प्रतिक्रिया मिळाली नाही. अशावेळी आता तिला कसे प्रपोज करावे; तिला काय वाटेल, तिला मी आवडतोय की नाही हे पण

आपल्याला माहित नाही. त्यात आता आपण तिला दुखावले आहे. आता काय करावे, कोणाची मदत घ्यावी त्याला कळेना. तिला कसे मनवायचे.

पूर्ण ड्रॉवर भरले होते. तोच एक मोठा बॉक्स टेबलवर होता, सोबत एक लेटर होते, घाबरत घाबरत तिने ते वाचले. त्यात लिहिले होते यात असलेला ड्रेस घालून कॅफे मध्ये पोहोचावे. कोण गिफ्ट देत आहे याचा उलगडा होईल, त्याच्याबद्दल जाणून घ्यायचं असेल तर जसे सांगितले आहे तसं करायचं. हो ना करता तिने रिक्स घ्यायची ठरवली. कंपनीतून तयार होऊन कॅफे मध्ये पोहोचली. कॅफे आज छान सजवलेला होता. एकही कष्टमर नव्हता, मोकळा कॅफे तिला वेगळाच दिसत होता. एका पांढऱ्या पडद्यामागे कोणीतरी उभे होते. तिला तो आवाज ओळखीचा वाटला. समीरा तू मला एका नजरेत आवडलेली एकमेव मुलगी आहेस. मला तुझ्या बरोबर आयुष्य घालवायला आवडेल. पडद्यामागे देखना धीरज हातात गुलाब घेऊन उभा होता. क्षणभर तिला काही सुचेना काय बोलावे, काय करावे, स्वप्नात पण विचार केला नव्हता. इथे काही गडबड नको म्हणून ती गप्प होती, हे तिच्या कामाचे ठिकाण होते. मी विचार करून सांगेन म्हणत ती तिथून निघून गेली. धीरज चा सर्व मूड गेला, त्याला तिच्या कडून अशी अपेक्षा नव्हती. मला कोणतीही मुलगी नाही म्हणणार नाही, मुली माझ्यासाठी काहीही करायला तयार होतात हा समज तिने खोटा ठरवला. माझी निवड अगदी बरोबर आहे. मला तिच्याशीच लग्न करायचे हा त्याचा निर्धार पक्का झाला. त्याने तसं जमनाबाई ना सांगितले बापूजींचा काय करायचं त्यांना कधीच समीरा मान्य होणार नाही.

समीरा ऑफिसला जायला निघाली. दारात जमनाबाई उभ्या दिसल्या. त्यांना आत आणून नमस्कार करीत आई अप्पांना ओळख करून दिली. त्यांनी तिला कामाला जायला सांगितले तशी ती गेली. ऑफिसमध्ये पोहोचतात तिची नजर केबिन कडे गेली कोणी नसावे. धीरज दिल्लीला आलेला तेवढाच तिला वेळ मिळेल म्हणून. घरी जमनाबाईने सोन्याच्या बांगड्या, एक हार आणि छानशी साडी समीराच्या आईच्या हातात ठेवत समीराचा हात आपल्या धाकट्या लेकासाठी मागितला. समीराच्या आई आप्पांना आकाश ठेंगणे वाटू

लागले. जमनाबाईने धीरज ला फोन करून लगेच कळवून टाकले. तिथे मोकळे केबिन पाहून समीरा अस्वस्थ झाली. नकळत गिफ्ट वाल्याच्या जवळ गेली होती. आणि आता तिला तो कोण हे माहीत झाले होते. तिला तो आवडला होता. आपल्यातली परिस्थिती वेगळी, वातावरण चालीरीती फारच वेगळी, त्यांची दुनिया स्वप्नातली. पुढे दुःखी होण्यापेक्षा आत्ताच सावधपणे पाऊल टाकलेलं बरं असच तिला वाटत होतं. विचार झटकून कामाला लागली. घरी येताच आईने तिला जवळ घेत तिच्यावरून बोटं मोडली; आप्पा म्हणाले नशीब काढलं पोरी. जमनाबाईने आणलेली साडी तिला दाखवत आई म्हणाली; 'आम्ही शोधून तुला असं स्थळ शोधलं नसतं तुझ्या नशिबाने ते चालत तुझ्या पाशी आले. एक अनामिक भीती तिच्या मनात दाटून आली. आनंदासोबत काळजी वाटू लागली. सहजच गोष्टी घडू लागल्या तर मनात शंकेची पाल चुकचुकते, दिल्लीवरून घरी येताच धीरजला मामा आलेला दिसला. त्याच्या कपाळावर आठ्या पडल्या आता पुन्हा त्याच्या मुलीला नांदायला आणायची टेप सुरू होणार. त्याला न भेटता तो रुममध्ये निघुन गेला. जमनाबाईने तो थकून आला आहे; असं सांगून वेळ मारून नेली. दुसऱ्या दोन्ही सुना मोठ्या घरच्या असल्यामुळे श्रीमंतीचा गर्व पडलेला. कोणाशी धड बोलत नसत, सगळ्यांना कमी लेखत. भावाची सारिका तशीच होती. लाडात वाढलेली तोंडाळ मुलगी होती. आपलं तेच खरं करणारी सारिका त्यांना सून म्हणून पसंत नव्हती.

धीरज दोन वर्षाचा असताना; भावाने नवऱ्याला बिझनेस साठी मोठी रक्कम देऊ केली. त्यावर त्यांचा आता चा बिजनेस वाढला होता. त्यावेळी भावाने आपल्या पाळण्यातल्या मुलीबरोबर धीरज ते लग्न लावण्याची अट घातली होती. जमनाबाईंना ते पटले नव्हते. हवे तर तुझे पैसे थोडे थोडे करून परत देऊन टाकू असे त्यांनी सुचवले. पण हिरजी भाईंना लालच आली त्यांनी ते लग्न ठरवून टाकले. गोड दाणा पार पाडत लग्न ठरल्याची बातमी पसरली. जमनाबाई ना गप्प बसावे लागले. बालविवाह त्यांना मंजूर नव्हता. अशी लग्ने टिकत नाहीत. त्यात नेहमी बायकांचा बळी जातो, वाईट अनुभव पदरी पडतात, प्रसंगी खून हत्या

होतात. नातेसंबंध, घरण्याची अब्रु, पैसा, बिजनेस, प्रतिष्ठा हेच मूळ या लग्नाचं कारण असतो. पुढे मुलं मोठी झाल्यावर जोडीदार आवडेनासे होतात. मग सुरू होतात भांडणे, चीड चीड, एकमेकांचा दुस्वास, नाहीतर बाहेर दुसरी प्रकरणे, जिवाचा कोंडमारा सहन झाला नाही तर होतात आत्मघात. त्यांनी हे स्वतः अनुभवले होते... माहेरी आस पास पाहिले होते. धीरज च्या बाबतीत त्यांना असं होऊ द्यायचं नव्हतं. वेळप्रसंगी भावाच्या अपरोक्ष त्याला खबर न लागू देता धीरज लग्न समीरशी लावून देणार होत्या. आपल्या हळव्या स्वभावाच्या मुलाला समीरा सारखीच मुलगी त्यांना हवी होती. सारिका सोबत तो कधीच सुखी राहणार नाही याची त्यांना खात्री होती. धीरज च्या लग्नाचा विषय निघू नये यासाठी तो फिरतीवर जात होता. तिकडे जमनाबाईंनी हळूहळू सर्व तयारी चालू ठेवली. त्यांना माहित होते या लग्न विषयी समजल्यावर त्याला काही मिळणार नाही. वेळ प्रसंगी आपल्याला आपले सर्व समीराच्या नावे करण्याची त्यांनी तयारी करून ठेवली. आपल्या मालकीची बंद असलेली फूड फॅक्टरी, हात मागा ची छोटी गिरणी, एक छोटी कोठी त्यांनी समीराच्या नावे करण्याचे ठरवले. तसं वकिलांना कागदपत्रे बनवण्यास दिली. कोठी, फॅक्टरी, गिरणी साफ करून घेतली. स्वतःचे काही दागिने रोख रक्कम त्यांनी पर्सनल लॉकरमध्ये आणून ठेवली. धीरजने जमेल तशी हॉटेल बुक करून फिरण्याची तयारी करून ठेवली. काही रक्कम जमनाबाईंच्या खात्यात जमा करून ठेवली. एकदम सोडायची वेळ आल्यास पंचाईत होऊ नये याची व्यवस्था लावल्यावर तो परत आला.

मामा आता घाईवर आलेला शिक्षण संपवून धीरज ला येऊन वर्ष झाले तरी त्याची मुलगी सासरी आली नव्हती. जमनाबाई मनावर घेत नाही म्हणत त्याने जीव देण्याची धमकी दिली. जमनाबाईंनी समीरा ला मागणी तर घातली होती. तिच्या आई वडिलांना राजी करून एका मंदिरात लग्न करण्यासाठी मनवले. अगदी थोडक्यात जास्त गाजावाजा न करता सर्व विधी पार पाडत दोघांचा विवाह संपन्न झाला. छोट्या कोठीत ग्रह प्रवेश करीत समीराने धीरज च्या आयुष्यात पाऊल ठेवले. जमनाबाईंनी तिच्या हातात आशीर्वादा बरोबर घराची फॅक्टरी ची गिरणी ची कागदपत्रे आणि किल्ल्या दिले. दोन दिवसाने सर्व मार्गी

लावून त्या घरी आल्या. ते दोघे फिरायला गेले. एक-दोन दिवसांनी त्या तिथे येऊन जात. धीरज पण फिरतीच्या बहाण्याने येऊन राहत राहिला तरी मामाला कुणकुण लागली. मामाने जीव देईल असे सांगितले, घरात बापूजींनी धमकी दिली. धीरज आणि जमनाबाई हतबल झाले. मामाच्या मुलीला पत्नी म्हणून घरी आणण्याचे ठरवून; तिला समारंभ करून मानाने घरी आणण्यात आले. आपल्या पहिल्याच दिवशी धीरज ने तिला आपलं लग्न झाल्याचं आपल्या प्रेमाविषयी सर्व सांगितले. आपल्याला एकत्र राहता येणार नाही. माझी पत्नी जरी समाजात तू असलीस तरी माझी खरी पत्नी समीराच आहे आणि राहील. त्याने आपली बाजू खरेपणाने तिला समजावून सांगून तो समीराकडे आला. त्याने घरी घडलेले सारे तिला सांगितले. तिचा त्याच्यावर पूर्ण विश्वास होता. त्यामुळे तिला चिंता नव्हती. सारिकाला पण धीरज सोबत राहायचे नव्हते. तिला कॉलेज मधला जय आवडत होता. तो दुसऱ्या जातीचा शिवाय लहानपणापासून लग्न झाल्याचं मनावर बिंबवलं गेलेलं. ती कायम मुलापासून दूर राहायची. आता ते कारण उरलं नव्हतं धीरज च्या संमतीने तिने लग्न मोडण्याचे ठरवले. धीरज ने तिला समजून घेतले, जय सोबत लग्न करण्यास मदत करण्याचे आश्वासन दिले. यथावकाश सर्व मार्गी लागत होते. समीराने गोड मुलीला जन्म दिला. बारसे करून सगळ्यांना नातिला जमनाबाई मी दाखवले. गोड नातिला पाहून आजोबा विरघळले. मात्र समीरा कायम दुसरीच राहिली.

37

लत

रेणू ऋचाला आंघोळ झाली होती. सचिन बाहेर ऑफिसचे काम करीत बसलेला. सकाळपासूनच त्याचे डोके भयंकर दुखत होते. डोळ्यावर ताण पडल्याने तो अधिकच दुःखू लागले. ऋचा अंघोळ करून तशीच बाथरूम मधून सचिनला येऊन बिलगली. तिला वाटले आईच्या नाहीतर पप्पांचा हातून अंग कोरडे करून पप्पा आज पावडर लावून कपडे पण घालतील. रोज आई नाही तर आज मी पावडर लावून कपडे घालते. तिला असं अचानक येऊन त्याला बिलगणे त्याला आवडले नाही. त्याने तिला दूर लोटत, रेणूला मोठ्याने आवाज देत एक शिवी हासडली. रेणू ने पटकन तिला टॉवेलने गुंडाळत नेले, तिचे अंग पुसत ती विचार करू लागली. कधी मोठा आवाज करून बोलत नसलेला आपला शांत नवरा एवढ्या मोठ्या मी ऑर्डर शिवी कसा देऊ शकतो. मुलीवर त्याचे जिवापाड प्रेम आहे; तर तिला पावडर लावून कपडे घातले तर काय झाले. त्यासाठी इतके ओ रडण्यासारखे काय आहे. त्याचे वागणे तिच्या मनात शंका देऊन गेले. त्याच्या वागण्या बद्दल त्याला कसे विचारावे, म्हणून तिने सासूबाईंना विचारले. सासुबाई म्हणाल्या आता तू कडक चहा नेऊन दे त्याला, मी गोळी देते ती ही दे, निवांत सांगेन कधीतरी. गोळी घेऊन सचिन झोपला. त्याच्या रूमचा दिवा मालवत मालतीबाई रेणूला म्हणाल्या त्याला सकाळपर्यंत उठवू नकोस. त्या रूम मध्ये त्याला एकटं राहू दे थोडा वेळ. उठल्यावर परत एक गोळी दे. तू आज इथे ह्या रूम

मध्ये ऋचाला घेऊन झोप. मी झोपते हॉल मध्ये. त्यांचे वागणे पाहून रेणुकेच्या मनात अनेक प्रश्न उभे राहिले. तिला भीती वाटली. आपल्या नवऱ्याला काय झाले आहे हा कोणता आजार जडला आहे. तिला सगळं विचित्र वाटत होते.

सकाळी सगळं नॉर्मल वाटत होते. सासूबाईंनी पूजा आटोपून एकदा सचिनला पाहून आल्या. थोड्या वेळाने सचिन आपलं आवरून टेबलवर आला. त्याची आज मिटींग होती. उद्या त्याला बाहेरगावी जायचे होते. रेणूला आपली बॅग तयार ठेवायला सांगितली. नेहमीप्रमाणे ऋचाला जवळ घेवून लाड केला, बाय करत तो ऑफिसला गेला. कालच्या विषयी कोणी चकार शब्द काढला नाही. त्यांच्या वागण्याने परत तिला मनात प्रश्न पडले, सासूबाईंना परत कसे विचारायचे तिच्या डोक्यातला प्रश्न मालतीबाई ला दिसत होता. पहाटे त्याचे आवरून तो एअरपोर्टला निघून गेला. ऋचा झोपली होती. मालतीबाईंनी रेणूला चहा टाकायला सांगून आपले आटोपून घेतले. चहा नाश्ता घेऊन दोघी टेबलावर बसलेल्या.

मालतीबाई बोलू लागल्या; मी जे तुला सांगणार आहे त्याबद्दल एक अक्षर तू सचिनला विचारायचं नाही. त्याबद्दल चर्चा करायची नाही, ऐकायचं आणि विसरून जायचे, कुठे याची वाच्यता करायची नाही. तसं मला वचन दे. माझ्या नंतर तू माझ्या प्रमाणे सचिन ची काळजी घ्यायची. त्याला दुखवायचे नाही, तशी परिस्थिती येऊ द्यायची नाही. तरच मी तुला सर्व सांगेल. रेणू ने तसे त्यांना वचन दिले. तुम्ही सांगितल्याप्रमाणे मी वागेन, सावधगिरी बाळगीन. चहाचा घोट घेत त्या गंभीर झाल्या, त्यांच्या डोळ्यात वेदना दाटून आल्या.

त्यावेळी मी १३ वर्षांची होती. एकदा न्हाणं आलं होतं. माझ्या आईने ओटी भरली. पहिल्या वेळेस न्हाणं आल्याने मी घाबरलेले. आईने सारं समजावून दिले. बाहेर पडण्यावर बंधने आली. मला काही कळले नाही. आमच्या गावचा वाडा होता सगळ्यांना स्वतंत्र खोल्या होत्या. वरच्या बाजूला आमचं न्हाणीघर आत्याची खोली आता माझी झालेली, दादाची आणि एक अडगळीची खाली आजी आणि आई दादांची खोली स्वयंपाक घर अशा खोल्या होत्या. मोठे अंगण अंगणाच्या बाजूला दोन्ही बाजूला ओसरी वजा हॉल होता. दादा अकरावीत कॉलेजला गेला. त्याचे मित्र घरी

येऊ लागले. आम्ही सगळे एकत्र धमाल मस्ती करायचो. आई-दादांना त्याबद्दल कधी गैर वाटले नाही. एकदा दादाला आईने दिलेल्या नाश्ता द्यायला गेले होते. त्याच्या मित्रासोबत तो काहीतरी वेगळेच पुस्तक वाचत होता, त्यातली चित्रे वेगळी होती. मी आलेली त्यांना माहीत नव्हते; त्याला जेव्हा मी तिथे असल्याचे जाणवले. तो मला ओरडला मी पटकन त्याचा नाष्टा ठेवून पळाले. माझ्या खोलीत येऊन लपुन बसले. मला वाटले दादा मारायला येईल. आईने नाश्ता करून, आंघोळ करायला सांगितली. आमचं न्हाणी घर तिथे फक्त घरातल्या स्त्रिया आंघोळ करीत असत. घरातले पुरुष मंडळी खाली असलेल्या न्हाणी घरात आंघोळ करून तिथल्या देवघरात पूजा करत. वरच्या बाजूला कोणी फिरकत नसे नेहमीप्रमाणे दार लोटून मी आंघोळ करीत होते डोक्यात ती पाहिलेली चित्रे घोळत होती. जी मी पहिल्यांदा पाहिलेली माझी मला लाज वाटत होती. मधेच ऋचा उठली. रेणू ने तिला खाऊ घातले. सचिनचा पोहोचल्या चा फोन आला; त्याने आईला विचारले तू सांगशील ना रेणूला सर्व, तुम्हाला एकांत मिळावा म्हणून मी लवकर निघून आलो. मालती बाई म्हणाल्या रेणूला सांगायचा निर्धार मी कसातरी धीर एकवटून करीत आहे. तिच्या नजरेतून मला तिरस्कार दिसू नये, तिने मला समजावून घेतले पाहिजे, पुढे ती मला तसाच मान देईल की नाही ते ही माहित नाही. कससंच होतं बाबा मला; सांगितल्यावर तिला तोंड कसं दाखवायचं. या विचारांनी मला झोप लागली नाही. तिच्या डोळ्यात ते प्रश्न मला सांगायला भाग पाडत आहेत. म्हणून सांगते; पुढे काही बिघडले तर मी जगू शकणार नाही, की तुमच्या शिवाय राहू शकणार नाही. सोबतही राहू शकणार नाही. माझ्यामुळे तुमच्या संसारात विघ्न नको. दूर गावी जाऊन राहील, माझा आशीर्वाद सतत तुमच्या पाठीशी आहे. इथलं सगळं तुमचं आहे. तू मला अडवू नकोस. पाठीमागे उभी असलेली रेणू माय लेकराचे बोलणे ऐकत होती. तिला वाईट वाटले ती सासुबाईना म्हणाली; तुम्हाला सांगायला अवघडत असेल तर सांगू नका, मला फक्त त्यांच्या आजाराविषयी जाणून घ्यायचे होते. माझे तुमचे नाते इतके कमजोर नाही की; त्याच्यावर कशाचाही प्रभाव पडेल. तुम्ही निसंकोच मला सांगू शकता.

आपल्यासाठी थोडा स्वयंपाक करते. स्वयंपाक झाल्यावर पुन्हा त्या सांगू लागल्या; असेच दादा चे मित्र कसली कसली पुस्तके आणत .तो नसताना मीही ती चोरून पाहू लागले. मला पण त्यांचे वेड लागू लागले ,एकदा दादाच्या मित्राने मला पुस्तक पाहताना पाहिले होते. त्याने मला गपचूप अजून पुस्तक आणून दाखवले; आवडले तर अजून दाखवीन म्हणाला. मी त्या चित्रात रमू लागले. स्वप्नात पण पुस्तके दिसू लागली. मैत्रिणींना स्पर्श करण्यास सांगू लागले, स्वतःवरचा ताबा सुटू पहात होता. हे सारे गुपचूप चालले होते .त्यावेळी आजी चे आईचे मुलीवर बारीक लक्ष असायचे; तेवढीच बंडखोरी वाढायची.

मला खरोखरीचा सुखाची ओढ लागलेली होती. आई अप्पा लग्नाला गेलेले. मला दादा मुळे घरी आईने त्याचे खाणे करायला सांगितले. मैत्रिणीकडे अजिबात जायचे नाही, असा दम भरलेला. आजी जप करीत बसलेली, दादा ला खायला देऊन मी आंघोळीला आले' अजून काही काम नव्हते मी आणि न्हाणी घर. मी चित्रात इतकी रमले होते कोणीतरी मला त्या अवस्थेत पहात; होते पाठमोऱ्या असल्याने मला कोणी दिसत नव्हते. पाहणाऱ्याला तेच हवे होते त्याने मला पाठमोरे ठेवत स्पर्श चालू ठेवला ,आम्ही विरघळत गेलो हळूहळू आम्ही दोघं नको ते करून बसलो. त्याने पटकन मला पाठमोरे ठेवून आपला कार्यभाग साधला. मला कोण होतं हेच कळले नाही, मला आपण दिसू नये याची त्याने पुरेपूर काळजी घेतलेली. मी अजूनही त्या सुखात रेंगाळत होती. मला ते अजून हवे होते. दादाच्या हाकेने मी भानावर आली; स्वयंपाक करून आजीला, दादाला जेवण दिले. दुसऱ्या दिवसाची वाट पाहत झोपी गेले. दुसऱ्या दिवशी पुन्हा कुणी तरी असेच कुरवाळले. माझे समाधान होत नव्हते, मला ते स्पर्शसुख परत परत मिळवायचे होते. त्याचा परिणाम काय होईल ते माहीत नव्हते. मला तो एक खेळच वाटत होता. आपल्याकडे मुलामुलींना कशामुळे काय होते हे सांगितले जात नाही. तसेच पहिल्यांदा मासिक पाळी सुरू झाल्यावर आईने हे समजवायला हवे होते. तिने फक्त आता घरात राहायचे, मोठा ने हसायचे नाही, कसे हि बसायचे नाही, मुलांची बोलायचे नाही असं सगळं सांगितले. पण असं का नाही करायचं; असं केले तर काय होते. ते स्पष्ट सांगितले नव्हते.

मला वाटले आम्ही नेहमी बाबांना, दादाला काही मागतो ते आणून दिल्यावर जसा आनंद होतो तसाच आनंद मिळवला; स्वतःचा स्वतःच तर काय बिघडले. त्या सुखाची गोडी वेगळीवेगळी चाखत गेले. माझी मासिक पाळी चुकली. आईने काहीही न विचारता मारायला सुरुवात केली. ती रडायला लागली. बाबा तोंड पाडून बसले. दादा विचारत होता कोण मुलगा तुझ्या या अवस्थेला जबाबदार आहे. मी मार खात म्हणाले कसली अवस्था, मी काय केले ,मला काय झाले, तुझ्या सांगण्याप्रमाणे घर सोडून गेले नाही, मैत्रिणींना भेटले नाही .तरी तू मला मारत आहेस. दादा अरे कोण मुलगा, मी तर कोणाशी बोलत पण नाही. आईने सांगितल्यापासून स्पर्श असं काही होतं हेच मला कळत नव्हते. स्पर्शाने आनंद मिळवत होते. प्रत्येक वेळी वेगवेगळा स्पर्शाची जादू अनुभवली होती. नक्की कोण होतं हे मी कसं सांगणार; मला तरी माहिती हवे ना घडायचे ते पाठमोरे नाहीतर डोळे झाकून. कसं समजणार येणारी मुले आपण दिसणार नाही याची काळजी घेत होती. मला फक्त सुखाचा स्पर्श आवडायचा; तो कसा का मिळेना, मी आनंद मिळवत होते.

रात्री दादा, आप्पा ,आईने काही ठरवून मला सकाळीच अप्पा बरोबर आत्याच्या घरी पाठवले. कोणाला कानोकान खबर होऊ दिली नाही. आत्याकडे सोडून आप्पा लागलीस परतले. मला इथे का आणले तेच कोणी सांगेना. आप्पांनी माझ्याकडे ढुंकूनही पाहिले नाही; याचे मला जास्त दुःख झाले .आप्पा असं का माझ्याशी वागले. असे मी त्याला विचारले आत्याने एक मुस्काटात देत म्हणाली तू शेण खाल्लं ,बापाला तोंड लपवावे लागते. त्या माउलीला कुठे जायची सोय ठेवली नाहीस तू. अजून तोंड वर करून म्हणतेस; मी काय केले. सगळे मला नाही नाही ते बोलत होते. ते काय बोलत आहेत हेच मला कळत नव्हते. दुसऱ्या दिवशी आत्याने डॉक्टरकडे घेऊन गेली; वय कोवळं, त्यात पोटात पहिला मूल, ते जर काढून टाकलं तर पुन्हा मूल होणार नाही, पिशवीला इजा होईल, जीवालाही धोका होता.

बापाच्या वयाच्या एका झेरॉक्स दुकानाच्या मालकाशी बोलून; सर्व सांगून आत्याने सोयरीक जमवली. अप्पा आई येऊन कन्यादान करून गेले. आपले कर्तव्य बजावत आपली, बेअब्रू होण्या पासून वाचवत, माझा

बळी दिला. मला म्हातारा नवरा नको होता. माझे कोण ऐकणार. सगळे मी गुन्हा केल्यासारखे माझ्याशी वागत, बोलत होते. दादाने फक्त डोक्यावर हात ठेवत म्हणाला काळजी घे स्वतःची. म्हातारा नवरा दिसायला कुरूप, पोट वाढलेले, दात पडलेले, तोंडावर कसलेसे डाग होते. माझ्याशी लग्न झाले त्याची लॉटरी लागली, त्याने मनापासून साड्या आणि दागिने आणून लग्न केले. त्याचे घर ही बरे होते, खाली झेरॉक्स चे दुकान वर मकान. त्याचे हे पहिलेच लग्न होते. त्याला माहित होते; या वयात आपल्याला मूल होणार नाही. बायको मुलासकट मिळाल्याचा त्याला आनंद झाला. त्याचा संसार उशिरा का होईना मार्गी लागला. मला तो सुखात ठेवण्याचा आटोकाट प्रयत्न करायचा. शेवटी म्हातारा तो म्हातारा तो मला हवे ते सुख देऊ शकत नव्हता. त्या सुखाची ओढ पूर्ण होत नव्हती. म्हातारा आजारी पडल्यावर मला दुकानात बसावे लागे. तरुण मुलं मुली यायच्या छोट्या मुलीला पाहून चुकायचे, कोणाला हेवा वाटायच म्हाताऱ्याचा. हळू हळू दया दाखवत हाताला स्पर्श करायचे. तरुण मुले जास्त येऊ लागली ,त्यांच्याशी मी मस्करी करायचे .त्यांनाही फुकटचे सुख हवे असायचे. दुकानात गर्दी वाढू लागली. नऊ महिन्यांपर्यंत म्हातारा जवळ येत होता मला त्याचे येणे आवडायचे नाही. सुया टोचल्यासारख्या वाटायच्या. मुलगा झाला मला वाटले आता थोडा आराम मिळेल; पण तसे झाले नाही दुकान खाली होते, म्हातारा कधीही वर येऊन आपली वासना शमविण्यासाठी यायचा. मला किळस वाटायची. हातात काहीच नव्हते, ताने बाळ त्याला मोठे करायचे होते, चांगले जीवन द्यायचे.तर आपल्यालाच कंबर कसावी लागणार होती; शिक्षण सहावीत थांबलेले. कोणतेही कौशल्य अंगात नव्हते. नको ती लत लागून आयुष्य उध्वस्त झाले होते. आता मला सगळ्यात सगळ्याचा अर्थ समजत होता, चौदाव्या वर्षी मातृत्व लाभलेलं. पुढचं आयुष्य मुलाला मोठं करण्यात घालवायचे. वाटेल ते करायचे. मला मुलाला कसली झळ पोहोचवायची नव्हती. म्हातारा च्या मागे लागून दोन मजले बांधून, खालच्या दुकानाचे व घराचे नूतनीकरण करून घेतले. शिल्लक पैसा दुकानावर घेतलेले कर्ज वापरले. खाली झेरॉक्स, पाठीमागे पार्लर, पहिल्या मजल्यावर घर, दुसऱ्या मजल्यावर जिम्

आणि स्पा सेंटर उभारले . तिसऱ्या मजल्यावर स्पेशल मसाज सेंटर उभारले .वरच्या मजल्यावर जाण्यासाठी कार्ड लागायचे, फक्त सभासद तिथे जाऊ शकत होते. तिथे कायम बाउन्सर उभे असायचे. मोठी मोठी लोकं तिथले सभासद होते. देखण्या इंग्रजी बोलणाऱ्या मुलींनाच कामास ठेवलेले. सगळा व्यवहार जातीने मीच पहायचे. सचिन तीन वर्षाचा झालेला ;त्याला सांभाळायला पाहायला आया ठेवली. मी माझ्या व्यवसायाला वाहून घेतले. म्हातारा जागेवर पडला; त्याचं पाहायला एक गडी ठेवला.

आता तारुण्यात पोहोचलेले मला माझी लत गप्प बसू देत नव्हती, वयाबरोबर ती वाढत चाललेल. होती. झेरॉक्स पार्लर दिखाव्यासाठी होती; त्यातून अधिक पैसा मिळत नव्हता. मी स्पेशल स्पा आणि मसाज सेंटर कडे वळले. आता सचिन पाच वर्षांचा झाला, त्याला उत्तम शाळेत टाकता आले, त्याचा सर्व खर्च मी सेंटरमुळे करू शकत होते ,त्याला कायम शाळेत आई यायला हवी होती. मी ते करू शकत नव्हते; त्या वेळेत अधिक कष्टमर पाहावे लागायचे. स्पेशल कोणी आल्यास मी स्वतः त्याच्या सोबत असायची. शाळेतून आल्यावर त्याच्या सगळ्या तक्रारी मी ऐकून घ्यायची, त्याला समजावून सांगायचे. बाबा आजारी आहेत, आईलाच आपला व्यवसाय करायला पाहिजे. वगैरे वगैरे लहान होता तोपर्यंत सर्व ठीक चालले. तो मोठा झाला तेरा वर्षांचा; त्याला प्रश्न पडू लागले त्याच्या बाबांना जाऊन दोन वर्षे झालेली. आई एकटीच संभाळते, त्याला माझ्या सोबत फिरायला जायचे असायचे, सुट्टीवर बाहेर गावी जायचे असायचे. मी ते करू शकत नव्हते. इथला पसारा कोण सांभाळणार. त्याचे मित्र सेंटर विषयी त्याला काही काही सांगत; तो तोंड फुगवून घरी यायचा. असाच त्याला कोणी काही माझ्या विषयी सांगितले; आपल्या आई विषयी कोणी काही बोललेले त्याला पटायचे नाही. त्याने स्वतःच खरे खोटे करायचे ठरवले. नेहमीपेक्षा लवकर येऊन त्याने स्पा सेंटर गाठले. बाऊन्सर ची नजर चुकवून आत प्रवेश केला.

आतले सौंदर्य पाहुन तो अवाक झाला. चारही बाजूने उंची कार्पेट अंथरलेले पाहून तो मुग्ध झाला. महागडे झुंबर त्यात रंगीबेरंगी लाईट, मंद संगीत, वेडावणारा सुगंध दरवळत होता. चारही बाजूने चकचकीत

आरसा, मध्ये एक आकर्षक पारदर्शी पडद्यामागे मोठा पलंग, बाजूला छोटासा बार मध्ये विदेशी मद्य सरबते याच्या बाटल्या ठेवल्या होत्या ,आकर्षक बरण्यांमध्ये ड्रायफूट भरून ठेवले होते. सगळा राजेशाही थाट कोणाची तरी चाहूल लागल्याने तो बाथरूम मध्ये लपला. बाथरूमचा थाट अजूनही वेगळाच होता. रंगीबेरंगी साबण, सुहासी द्रवे, सुगंधित बोडी वाश आणि बबल लिक्विड. आत मध्ये पारदर्शक पडद्यामागे शॉवर खाली कोणीतरी उभे होते. तो बाहेर आला आपण पाहिले ते आपल्याच सेंटरचा भाग आहे; सात सितारा हॉटेल चे रूम. मित्र सांगत होते त्यात काहीतरी तथ्य नक्कीच होते. आईला कसं विचारायचे ,त्याने त्याच्या लहानपणी पासून पाहत असलेल्या आया ला विचारले. तिने ते सारे आपल्या व्यवसायाचा भाग आहे इतकच सांगितले. त्याला त्या जागेविषयी कुतूहल जागृत झाले पुन्हा तिथे जाऊ; तो तिथे जाण्याची संधी शोधू लागला. या वेळी मसाज सेंटर मध्ये जाण्याचा प्रयत्न करणार होता.

पाठीमागच्या जिन्याने वर येऊन, रेलिंग पार करतो पाठीमागच्या खिडकीतून आत आला. ती रूम आधीच्या रूम पेक्षा अधिक आकर्षक होती. तिथे फुलांची सजावट, सोबत बाथरूमच्या आत मध्ये एक स्टीम रूम होती. सगळीकडे सुगंध पसरला होता. बाथ टब मध्ये गरम पाण्यात गुलाब पाकळ्या तरंगत होत्या; स्नानाची जय्यत तयारी दिसली. रूम मध्ये तसाच पलंग पडद्याने झाकलेला दिसला. त्याच्या शेजारी एक पाण्याची गादी अंथरली होती. खाली छोटा पाण्याचा झरा होता, त्या पाण्यामध्ये ती गादी थोडी तरंगेल अशी व्यवस्था होती. गादी त्याच्या आसपास कमळ आणि बदके होती. अर्थात ते सारं आर्टिफिशिअल होतं. या सगळ्यांनी त्या रूमला वेगळेच सौंदर्य प्राप्त झाले होते. श्रीमंती थाटा सोबत इथे प्रणय क्रीडा होत असावी. रुमच्या आत अस्पष्ट आवाज येत होते; त्यानंतर येथे येऊन बाथरूम मध्ये जाण्याची आखणी केल्यासारखे सर्व तयारी दिसत होती. तो पटकन खिडकीतून बाहेर पडला, आणि आत डोकावले पाहू कोण येतंय परत. एक पोट सुटलेला खूप श्रीमंत असल्यासारखे पन्नाशीतल्या शेठजी दिसला, त्याच्याशी खेळत ,अंगाशी लगट करत वस्त्रहीन एक स्त्री दिसली. त्याची आई होती,

त्याला धक्का बसला; तो एकदम खालीच बसला. रेलिंग पार करून खाली येताना पायरीवर कोसळला. त्याच्या डोक्याला लागले. कितीतरी वेळ तो पडून होता. बराच वेळाने त्याला कुणीतरी रूम मध्ये आणून ठेवले; आणि मालती मॅडम ला निरोप मिळाला. मला दोन मोठे कस्टमर होते, त्यांना सर्विस द्यायची होती. ती पूर्ण करणं गरजेचे होते. डॉक्टर आले तपासण्या केल्या औषधे लिहून दिली. असं एक-दोनदा घडले

मला या सगळ्याची एक प्रकारचे व्यसन लागले होते. सहजासहजी अधिक पैसा कसा कमवायचा तो मार्ग सापडला होता. माझी दोन्ही व्यसनं मी अशी पूर्ण करू शकत होते. एकाच व्यक्तीचा सहवास मला समाधान देऊ शकत नसे. मला कायम त्यांच्यात काहीतरी कमी भासायची; ती कमी मोठ्या मोठ्या रकमा घेऊन पूर्ण करू करीत होती. सचिनला माझी लाज वाटू लागली, आमचं नातं दुरावत गेलं, मला समजत होतं; माझी लत समाज मान्य होणार नाही. पैसा मात्र सगळ्यांना गप्प करतो. म्हणून मी सेंटर अशाप्रकारे चालवत होती. एका वेळेची किंमत लाखोच्या घरात होती. मला लाखांची लत लागली. मनात मी म्हणायची लत लग गई जमाना काहे लत ये गलत लग गई.

दोन्ही व्यसनांच्या आहारी मी चालले होते. सचिन माझा आता तिरस्कार करू लागलेला; हळूहळू मानसिक ताण वाढत पाहून जाऊन त्याला मनोपचार तज्ञाकडे न्यावे लागले. काही दिवस दवाखान्यात ठेवावे लागले, काही दिवस आश्रमात राहावे लागले. मी माझे काम त्याच्यासाठी बंद केले. सेंटर चालवत होते, तेवढेच आर्थिक मदत चालू राहिली. त्याच्या मनावरचा ताण कमी झाला. तो पूर्ववत काम करू लागला. वस्त्रहीन अवस्थेस कोणी दिसले की सचिनच्या मनावर ताण येतो, त्याने तुलाही तुमच्या लग्नाच्या दिवशी सांगितले. पण स्पष्ट नव्हते तुला ते कळले नाही; तिला त्याने पहिल्या रात्री सांगून ठेवले होते ते आठवले होत. तो म्हणाला होता माझ्यासमोर कधीही विना कपड्याचे यायचे नाही, बाथरूम मधून येताना टावेल गुंडाळून यायचे, कपडे बदली करताना बाथ रूम मध्ये जायचे. त्याच्या आजारपणासाठी तिला ते पाळणे गरजेचे होते. तिने मालतीबाई ना तसे वचन दिले होते. त्याप्रमाणे मी आता ऋचाला ही सांभाळीन असे म्हणता. मालती बाईंच्या मनावरचे

ओझे उतरले. सेंटर बंद करून, त्याजागी पार्लर आणि जिम चालू केले.

38

अनिता

अनिता एक आकर्षक महिला होती. गोरीपान, साचेबद्ध शरीर, कमनीय बांध्याची ३८ वर्षाची सुंदर महिला होती. ब्राऊन रंगाचे डोळे तिला शोभून दिसत होते लग्न झाले नसते तर कोणीही तिच्या प्रेमात वेडे झाले असते, अशी ती मोहिनी होती. सरकारी ऑफिसर मोठ्या पदावर होती आणि महत्त्वाच्या पदावर होती. तिच्या सही शिवाय अनेकांचे काम होत नव्हते त्यामुळे तिला खूप वेळा मिठाईचे बॉक्स पाठवले गेले, तिने ते घेतले नव्हते. आपल्या कामाप्रती तिची निष्ठा होती, ती इमानदार होती. इमानदारी तिला तिच्या रक्तातून मिळाली होती. तिचे वडील हेडमास्तर होते . शिस्तीचेकडक इमानी शिक्षक होते आपल्या ती आपल्या वडीलांवर गेली होती त्यांच्या सारखीच होती घरी अभय आणि रुद्र तिला घाबरून असत त्यांच्या कडून बेशिस्तपणा झालेला तिला खपायचा नाही. अभय तसा शांत राहणारा नवरा होता, साधा सरळ तिच्या शब्दाबाहेर नव्हता. घर आणि ऑफिस दोन्हीकडे तिचा वचक होता. तिच्या टेबलावर सर्व फायली नेहमी तयार असाव्या लागायच्या, त्यात तिला अजिबात चालढकल केलेली आवडायची नाही. सगळे कसे अप टू डेट तिला लागायचे. तिच्या पदामुळे कोणी तिच्या वाकड्यात जात नव्हते. दिसायला अशी देखणी अशी अप्सरा होती. कुठल्याही कपड्यात सुंदर दिसायची. खूप लोक बरोबर येण्यास स्वतःची बदली करून घ्यायचे. एक दोनदा तिला दुसऱ्या शहरातल्या ऑफिसात

जावे लागायचे. तिची सर्व व्यवस्था अगदी चोख असायची. तशी तशी तिची बडदास्त ठेवली जायची कुठल्याही ऑफिसात ती असल्यावर गर्दी असायची. अशीच मी दिल्लीच्या ऑफिसला आली होती एक हरियाणी मुलगा तिच्याकडे काही प्रपोजल पास करून घेण्यासाठी आला, चष्मेवाली साधी, एक साधी बाई, जाडसर ऑफिसर आली असेल. त्या बाईला आपण लगेच इम्प्रेस करू आणि आपले काम करून घेऊ त्याला त्याच्या ऑफिस मधून फक्त पायल आणि जुजबी माहिती दिली होती तो परवानगी मागता शिरला आणि त्याने समोर पाहिले त्याचे डोळे विस्फारले, तोंड उघडे राहिले. तिने फक्त म्हटले‘ येस’ तू जरासा भर त्याच्या कल्पनेपलीकडे ती दिसली. त्या दिवशी तिच्या ऑफिसात फार लोक तिला भेटायला बाहेर खोळंबले होते. तिने त्याला फाईल घेऊन जायला सांगितले. लगेच ती म्हणाली‘ नेक्स्ट’ त्याला बाहेर पडावे लागले. दोन-तीन दिवस तो येऊन जात होता, त्याचे काम होत नव्हते. त्याला घाई करण्याबद्दल सांगितले जात होते. याआधी त्याने अनेक प्रोजेक्ट मार्गी लावले होते पण हे प्रकरण जरा वेगळेच होते. नेहमी चा फंडा त्याला आता वेगळ्या पद्धतीने वापरायचा होता. सर्व फायली चेक केल्याशिवाय ती त्यावर सही करू शकत नव्हती, पास करू शकत नव्हती, त्या फायली मध्ये काय दुरुस्ती हवी आहे, आणि कोणती परमिशन घ्यायची आहे, हे लिहून त्यावर रिजेक्शन शिक्का देत होती, तिचे काम नेहमी परफेक्ट असायचे. कुठे कोणत्याही आमिषाला ती बळी पडत नसे. राजवीर ला ठेवायला सांगितल्या होत्या क्या फाईली ती चेक करीत होती; त्यावेळी तिला असे वाटले की या अगोदर हा प्रोजेक्ट दुसऱ्या ठिकाणाहून दुसऱ्या कंपनीमार्फत आला होता. मी तेव्हा तो रिजेक्ट केला होता. तोच प्रोजेक्ट आता पुन्हा दुसऱ्या ठिकाणाहून माझ्याकडे आला आहे. तिने तो पुन्हा रिजेक्ट केला. परत करण्याच्या गठ्यामध्ये ती फाईल ठेऊन दिली. घरी आल्यावर ती आपल्या रूममध्ये आराम करायला गेली. अभय आणि रुद्र तिची वाट पहात होते त्यांना तिच्या सोबत वेळ घालवायचा होता. अभय ने संध्याकाळ साठी चांगला छान प्लॅन बनवला होता , दोघेही तिला मिस करत होते, पाच वर्षाचा रुद्र आई साठी हट्ट करत होता, त्याला आई सोबत हवी होती, आणि

त्याच्या काम आणि शिस्त यात ते बसत नव्हते. तिच्या वागण्याचा त्यांच्या नात्यावर परिणाम होऊ लागलेला, जगायचे विसरून गेली होती, जीवनाचा आनंद घ्यायचा विसरली होती, ती तशी जरा अन रोमँटिक होती; तेवढा अभय रोमँटिक होता. त्याला आपले जीवन हसत खेळत मजेत पार्टी करत मुला बायकांसोबत घालवायचे होते. त्याचे अनिता वर मनापासून प्रेम होते, ती आहे तशीच राहिली तरी त्याची काही हरकत नव्हती, त्याने तिच्या वागण्याबद्दल कधी तक्रार केली नव्हती, त्यामुळे आपण कसे वागत आहोत हे तिला कळत नव्हते, तिच्या मनाप्रमाणे वागत होती, ते वागणे आता तिच्या अंगवळणी पडले होते, त्यामुळे ती बोरिंग वाटायची. सुंदर शोभेची बाहुली. तिला बंगलोरच्या ऑफिस मध्ये जायचे होते; तिने आपली बॅग तयार करून ठेवली. रुद्र सारखा सारखा तिच्या भोवती घुटमळत होता. तिने त्याला जवळ घेतले तसा तो म्हणाला ‘माझ्या स्कूल मध्ये तु का नाही येत, माझ्या फ्रेंड ला तुला दाखवायचे आहे, सगळ्यांच्या मम्मी येतात स्कूल मध्ये, तूच येत नाहीस’. तिच्या मनात कालवाकालव झाली, तिने स्वतःला सावरले, त्याची समजूत काढली, त्याच्या आया जवळ त्याला सोपवत काळजी घ्यायला सांगितली. बंगलोरच्या ऑफिसमध्ये ती बसली होती एक छान सुगंधी फुलांचा बुके पिऊन ने आणून दिला. असे बुके तिच्या साठी नवीन नव्हते पण त्यात कधी सुगंध आला नाही. तिने लक्ष दिले नाही. दोन दिवसात सात आठ बुके आले. तिने लक्ष दिले नाही; परत मुंबईत आली.

मुंबईच्या ऑफिसात तसेच बुके येऊ लागले, सतत बुके मिळत होते त्यामुळे तिला जरा विचित्र वाटले. एक दिवस एकही बुके आला नाही; पिऊन आला विचारले, त्याला काहीच माहीत नव्हते. दिल्लीच्या ऑफिसात फुलांचा बुके सोबत एक चिठ्ठी होती त्यावर लिहिले होते‘ सगळ्यात सुंदर महिलेसाठी’ सोबत आणलेल्या फाईल जमा केल्या. रिजेक्शन च्या फाईल तिने त्या मध्ये ठेवून दिल्या. एक दिवसासाठी घरी परत आली. तिला रुद्र सोबत वेळ घालवायचा होता म्हणून ती संध्याकाळी त्याला गार्डन मध्ये घेऊन गेली, त्यावेळी तिच्या कार वर फुलांचा बुके होता. तिने आजूबाजूला पाहिले, तो बुके ठेवला, घरी आली; परत तिला दारामध्ये बुके दिसला तिने अभय ला विचारले त्याला काही

माहीत नव्हते. बुके कोण पाठवत आहे, तिला कळत नव्हते, तिचे कुतूहल जागे झाले. बेंगलोर च्या ऑफिस मध्ये गेली असता राजवीर तिच्या केबिनमध्ये घुसण्याचा प्रयत्न करीत असताना बाहेरच्या पिऊन शी त्याचे वाद चालू झाले. त्याला पाठवायला सांगितले; कोण मूर्ख परमिशन न घेता आप मध्ये घुसण्याचा प्रयत्न करीत आहे, तो आता आला असता तिने त्याच्याकडे त्याच उद्देशाने पाहिले. मी त्याच्याकडे ती त्याच्याकडे पहात होती फॉर्मल कपड्या तो आकर्षक दिसत होता. लाईट पिस्ता कलर त्याच्यावर ब्लेझर होते तो रंग त्याला खुलत होता. जेल लावून त्याने केस सेट केले होते, काना छोटी बाळी दिसत होती, त्याचे बदामी डोळे भूल पाडणारे होते. ब्रँडेड परफ्यूम त्याने फवारला होता. एक क्षण आपण ऑफिसमध्ये आहोत हे विसरली; भानावर येत तिने त्याला थोडे दटावले. 'असे भांडण का करीत होता बाहेर, शोभत नाही असे वागणे'. त्याने तिला 'सॉरी' म्हणत तिच्या टेबलावर बुके ठेवला. तो तसाच बुके होता; तिने चमकून त्याच्याकडे पाहिले, तो स्मित हास्य करीत होता. तो म्हणाला' इथल्या ऑफिस मध्ये आलो होतो म्हणून तुम्हाला भेटायला आलो; बाकी काही नाही आपली भेट होतच राहील'. तो आला तसा निघूनही गेला, तो आला काय आणि गेला काय, त्याचे वागणे विचित्र वाटले, त्या वागण्याचा तिला अर्थ लागला नाही. त्याला त्या फुलांचा बुके विषयी विचारायचे होते त्याने तिला ती संधी दिली नाही. दुपारी ऑफिसचे काम लवकर संपून ती हॉटेलवर जेवण घेण्यासाठी पोहोचली .डायनिंग एरिया आल्यावर; तिला तोच आपल्या मित्रा सोबत दिसत होता. ती आल्या आल्या त्याने समोर येऊन तिला आपल्या शेजारच्या टेबलाजवळ ची खुर्ची ऑफर केली. तिला त्या खुर्ची बसवत असताना त्याने तिच्या खांद्याला हलका स्पर्श केला. तिला अवघडले होते. त्याने आपल्या मित्रांना तिची ओळख करून दिली. त्याच्याकडे दुर्लक्ष करून तिने आपले जेवण मागवले. मधून मधून तो तिच्या कडे पहाताना दिसायचा. त्याने लाईट कलर कुर्ता घातला होता, त्यावर बंडी सारखे जाकीट घातले होते. त्या फ्रेंच कट दाढी ला तो ड्रेस शोभून दिसत होता, आता त्याची केस सेट केलेले नव्हते मोकळे होते, ते सारखे त्याच्या कपाळावर यायचे केसांना मागे सारत तू मान मागे

करून हसत होता .त्याची ती स्टाईल तिला खूप आवडली. जेवण करून ती रूम वर येऊन आराम करीत होती. बाहेरच्या कॉरिडॉरमध्ये कोणतरी मोठ्याने बोलत असल्याचं तिला जाणवले, कोण मूर्ख एवढे मोठ्यांदा बोलत आहे; म्हणून ती दरवाजा उघडून बाहेर आली. तिला समोर तो दिसला. तिच्या डोळ्यातला प्रश्न समजून, त्याने स्वारी म्हणता तिच्या शेजारच्या रूम मध्ये जाऊन तो बोलू लागला. त्यामुळे तिला समजले की तो तिच्या शेजारच्या रूम मध्ये राहायला आहे. मार्केट मध्ये जाऊन रुद्र साठी काहीतरी घ्यावे म्हणून ती संध्याकाळी तयार होऊन खाली आली. तिला तो गार्डन मध्ये फोनवर बोलत असताना दिसला. ती बाहेर पडत होती; तिला त्याचा धक्का लागला. फोनवरच बोलत तो सॉरी म्हणत निघून गेला, त्याने तिच्याकडे पाहिले नाही. आताही त्याच्या वागण्याचा अर्थ तिला लागला नाही. ती मार्केटमध्ये आली मार्केट मधल्या मोठ इलेक्ट्रॉनिक दुकानांमध्ये ती शिरली. दुकानदाराने तिच्या पुढ्यात मोठ्या जीप गाड्या ठेवल्या, व्हिडिओ गेम ठेवले, बरेच दुसरे गेम ठेवले, तिला काय घ्यावे समजत नव्हते, ती विचारात पडली; तेवढ्यात मागून त्याचा आवाज आला त्याच्या हातात एक व्हिडिओ गेम होता. तो म्हणाला 'हा घ्या मॅडम आज-काल हा खूप मुलांना आवडत आहे, तुमच्या मुलाला पण आवडेल' आणि तो निघून गेला. तिने तो गेम घेतला, पैसे पेड केले. तोपर्यंत तो गेलेला होता परत त्याने तिला आभार मानण्याची संधी दिली नाही. ते राहूनच गेले. ती हॉटेलवर परत आली.

रात्री डिनर साठी डायनिंग मध्ये आली, समोर आर्केस्ट्रा चालू होता. तिला तो दिसला आता त्याच्या अंगात मोरपिशी निळ्या रंगाचे चमकीले जॅकेट पांढऱ्या कुर्त्यावर घातले होते, हातात जाड ब्रेसलेट होते. हा ड्रेस पण त्याला शोभा त होता, तो एखाद्या हीरो, स्टार सारखा वाटत होता. त्याच्यावर रुपाची मोहिनी तिच्यावर पडली होती. त्याच्या विचारात ती असताना तिच्या पुढ्यात तो उभा राहिला त्याने दान साठी तिच्यासमोर हात केला तिनेही नकळत त्याच्या हातात हात दिला, दोघेही डान्स करीत होते. डान्स झाल्यानंतर; दोघांनी वाईन घेतली. सोबतच डिनर केले. वाईन आणि डान्स इतरांबरोबर जेवण हे सारे तिला नवीन नव्हते, तिला याची सर्व सवय होती, ती नेहमी पार्टीजना जात होती.

त्याला गुड नाईट करीत ती रूममध्ये आली. रूम मध्ये फ्रेश होऊन ती विचार करीत बसली होती; आपल्या सोबत जे घडत आहे ते योगायोग आहे की अजून काय/ कामानिमित्त तिला अनेक जण भेटत असतात; पण आज काल काही तरी वेगळे घडत होते, तिला ते कळत नव्हते. तिची सकाळची फ्लाईट होती. ती घरी आली. रुद्रला तिने ते गेमचे पाकीट दिले, त्याला तो खूप आवडला कदाचित त्याला तो गेम हवा असेल. अभयने तिच्यासाठी रूम मध्ये सरप्राईज ठेवले होते. वेस्टन आउट स्वीट. तिला तो गाऊन फार आवडला. आई-वडिलांची खूप दिवसात बोलणे झाले नव्हते. तिने त्यांना फोन करून त्यांची खुशाली विचारली, त्यांच्याशी थोड्या गप्पा मारल्या, तिला तेवढ्याने खूप बरे वाटले आताशा सध्या खुश होती.

दिल्लीला जाताना तिने तो गाऊन सोबत घेऊन गेली. ऑफिसात तिला आल्यावर तो बुके दिसला, आता तिला माहीत होते कोणी ठेवला आहे, तिच्या चेहऱ्यावर हास्य पसरले. संध्याकाळी रूमवर आल्यावर तिने खाली न जाता रूमवर चहा नाश्ता मागवला. चहा नाश्ता घेऊन आलेल्या मुलावर नजर पडताओरडली' तू इथे काय करतोयस' तो म्हणाला 'काही नाही तुमच्याबरोबर चहा घ्यायला स्वतःला इन्व्हाईट करतोय' आता तिला त्याचा राग येत नव्हता. दोघांनी सोबत चहा घेतला, इकडच्या तिकडच्या गप्पा सुरु झाल्या, कधी रात्र झाली त्यांना कळले नाही. खाली जाऊन जेवण यापेक्षा त्यांनी डिनर वरच मागवले होते. तो 'फ्रेश होऊन येतो 'म्हणाला' तोपर्यंत डिनर येईल'. तिनेही तो गाऊन घातला, छान तयार झाली आणि त्याची वाट पाहू लागली. त्याच्या बोलण्यामध्ये एक वेगळेच ओढ होती एक जादू होती. त्याने छान म्युझिक लावले आणि डान्स साठी तिच्या कडे हात केला. ही तिने ही कोणतेही आढेवेढे न घेता त्याच्यासोबत डान्स करू लागली. मध्ये मध्ये दोघे वाईन पीत होते. त्याने तिच्या वाईनमध्ये उत्तेजक गोळी टाकली होती. तिला तो आपला वाटू लागला तिच्या कपाळावर त्याने कीस केले डान्स करून, त्यांनी जेवण केले. पुन्हा तिला फ्रेश होऊन येतो असे सांगून गेला. ती वाट पहात होती, त्याने मुद्दाम थोडा वेळ लागला आणि जरा जास्तच तयार होऊन आला. त्याला आज तिला घायाळ

करायचे होते. तो आला तेव्हा तिची नजर त्याच्यावरून हटत नव्हती. तो इतका आकर्षक दिसत होता की तिने जाऊन त्याला मिठी मारली. गोळी चा असर झाला होता त्यानेही तिला उचलत बेडवर टाकले हो ना करत ती त्याच्यात विरघळत गेली. सकाळी त्याला आपल्या शेजारी पाहून तिला शरमल्यासारखे झाले. आपल्या हातून काहीतरी चुकीचे घडले असे वाटू लागले. ती तयार होऊन ऑफिसमध्ये आली. ऑफिसमध्ये ती विचारात बसली होती तो काही फाईल घेऊन आला. काही जास्त चेक न करता, तिने कोणती परमिशन घ्यावी लागेल आणि अजून एक दोन चुका सुधारायला सांगून, त्यावर सह्या केल्या. तिच्या मनाला खंत लागून राहिली तिने त्या रिजेक्ट केल्या असत्या. त्या फाईल मध्ये विशेष दुरुस्ती करायची नव्हती, सांगितलेली परमिशन पण लगेच मिळेल असे तिने लिहून दिले होते. तरीही तिच्या मनाला चूक लागली. लवकरच हॉटेलवर परतली. संध्याकाळी ती खाली आली नाही म्हणून तो चहा नाश्ता घेऊन तिच्या रूमवर पोहोचला. तो समोर उभा होता याचे भान तिला आले नाही आपल्याच विचारात होती. तिला टेन्शन आले होते, त्याने चहा पिता पिता ,गप्पा मारत मारत, तिचे मन हलके केले. मध्ये मध्ये तो तिचा हात हातात घेऊन कुरवाळत होता .आजही त्यांनी डिनर रूमवर मागवले. तिच्या वाईन मध्ये त्याने गोळी टाकली आणि वाईन पण जरा जास्तच पाजली. तो फ्रेश व्हायला गेला आणि हातात काही घेऊन आला, तिला भावना अनावर होत होत्या, वाईन आणि गोळी या चा असर झाला होता. त्याने आधी दोन फायलीवर सह्या घेतल्या. आता ती आक्रमक झाली होती. तिला सारे लगेच हवे होते; ते पाहून त्याने अजून दोन प्रोजेक्ट वर सह्या घेतल्या. तिने स्वतःहून पुढाकार घेत त्याच्याकडून सारे मिळवले. तिचे मन अजून भरले नव्हते, तिला तो अजून हवा होता. पण त्याला आता तिच्यात इंटरेस्ट नव्हता. तरी तो नाही म्हणू शकला नाही, त्याला सारे तिच्या इच्छेने करावे लागले. तृप्त मनाने ती झोपली तिला झोपलेली पाहून; तो त्याच्या रूम मध्ये त्या फाईल घेऊन आला. फाईल त्याने व्यवस्थित लपवून ठेवल्या. तेवढ्यात दारावर टकटक झाली. आलेल्या व्यक्तीच्या हवाली त्याने ऑफिसर तयार करून घेतलेल्या फाईल दिल्या. त्या व्यक्तीने त्याला ब्रीफकेस

भरून पैशांचे बंडल दिले. पुन्हा तिला भेटायचे नाही, तिच्याशी संपर्क साधायचा नाही, तिला आता तू विसरून जा, काही काम असल्यास मी तुला बोलवीन. जसबिर ने त्याच्या मोबाईल मध्ये काही फोटो डाउनलोड करून दिले, मग ती व्यक्ती निघून गेली. तो तिच्या रूममध्ये आला ती अजून झोपलेली होती. तेवढ्यात त्याला फोन आला. फोनवर कोणाला तरी म्हणाला तुमचे काम झाले आहे माझे पैसे अर्ध्या तासात पोहोचवा आणि तुमच्या फायली घेऊन जा. त्याने अजून एक दोन फोन केले आणि एका फोनवर म्हणाला पैशासाठी राजवीर साठ वर्षाच्या बाई बरोबर पण रात्र घालवेल ही तर अजून माझा हिच्यामुळे मूड खराब झाला आहे. मला आता माझ्या लैला कडे जावे लागेल ती मला खुश करू शकते. माझे अजून समाधान झाले नाही. मी अजून पंचविशीत आहे. ती बाई मला काय खुश करणार तेवढा तिच्यात दम नाही. झोपली आहे म्हातारी आणि हसायला लागला. तिच्याकडे पाहून त्याच्या चेहऱ्यावरचे भाव बदलले. आता तो निर्लज्ज वाटत होता. काही काम असल्यास लैला च्या ठिकाणी कळवा, फोन करू नका, मला लगेच निघायचे आहे. तो आला तेव्हा ती जागी झाली होती पण त्याच्या फोनवर बोलण्यामुळे तिला स्वतःचीच लाज वाटू लागली, त्याचे तोंड पाहू नये असे तिला वाटत होते, म्हणून ती गप्प पडून होती, तिला स्वतःची किळस वाटू लागली, त्याची किळस वाटू लागली, आपल्या हातून भलतीच चूक झाली. आता आपण हे सारे कसे विसरू शकणार, तिला अभय ची आठवण आली. तो निघून गेला. तिने अभय ला फोन लावला आणि त्याला आपण थोडे दिवस आपल्या आईकडे जात असल्याचे सांगितले. आपल्याला थोडे दिवस एकट्याने राहायचे आहे. मी फोन करीन, त्यावेळी तू ये, असा तिने त्याला सांगितले. ती आईकडे आली; अचानक आल्याने आई-वडिलांना थोडे वेगळे वाटले. हे तिने आपल्याला तुमची आठवण आली म्हणून भेटायला व थोडे दिवस राहायला आले. असे त्यांना तिने सांगितले. आईने पण तिला जास्त काही विचारले नाही पण आईला शंका आली होती. तिथे काहीतरी बिनसले आहे. म्हणून तिने तिच्या आवडीचे जेवण बनवून. तिच्या केसांना तेल लावत तिला हळू हळू बोलते केले. अनिताने आईच्या मांडीवर डोके ठेवून रडत रडत सारे घडले ले सांगितले. आईने

तिला धीर दिला, समजावून सांगितले, चूक झालेली आहे पण जाणून बुजून केली नाही. त्यामुळे विसरण्याचा प्रयत्न कर, अभयला सारे सांगून टाक. तुझे मन हलके होईल, तुही मनामध्ये खंत बाळगू नकोस, सगळे काही वेळेवर सोडून दे, काळच सगळ्यावर औषध असतो, तुझ्या मनाच्या जखमा तोच भरेल. दोन दिवस समुद्रावर बसून एकटी वेळ घालवत राहिली. थोडे मन शांत झाल्यावर तिने अभयला फोन लावला आणि त्याला सारे सांगितले. अजून दोन-तीन दिवस राहून व तुझ्या बरोबर घरी येईल तेव्हा तू न्यायला ये, असे तिने त्याला सांगितले. आपल्याला सारे सहन करावे का लागले असे तिने आईला विचारले आई म्हणाली कधी कधी नियती असे घडवते. आपण ते स्वीकारून पुढे जायचे, तू आता संसाराकडे लक्ष दे. अभयला रुद्रला वेळ दे, त्यांच्याबरोबर चांगले आयुष्य घालवून सगळे विसरून जा आणि आनंदाने सुखी रहा.

अनिता अभय सानिध्यात राहून सारे विसरण्याचा प्रयत्न करणार होती पण अभय तिला तसे करू देणार नव्हता. त्याने राजवीर कडून आणलेल्या फाईल पुढे पाठवून दिल्या. अनिताची इमानदारी त्याच्या आड येत होती. त्याचे मित्र त्याला त्यामुळे चिडवत होते. घरामध्ये सांगितल्यावर तिने त्या प्रोजेक्टच्या फाईल पास केल्या नसत्या उलट रिजेक्ट करून त्याच्या हवाली केल्या असत्या. ऑफिसमध्ये ती तेच करीत असते. म्हणून त्याने तिच्यासाठी लावलेला हा ' हनी ट्रॅप' होता. नवऱ्याने बायको साठी लावलेला एक' फास्' होता त्यानेच तिच्याबद्दल सारी माहिती राजवीर ला पुरवली होती. त्यासाठी त्याला खास ट्रेनिंग दिले गेले होते. त्याच्या कंपनीने या कारणासाठी त्याला हायर केले होते. त्याने मात्र एका दगडात अनेक पक्षी मारले होते. राजबीर ने दुसऱ्या कंपनीच्या फाईल त्यावर देखिली सह्या घेतल्या होत्या, त्यांनी अभय कंपनीबरोबर दुसऱ्या कंपन्यांचा सुद्धा फायदा करून दिला, आणि स्वतःसाठी सगळ्यांच्या कडून भली मोठी रक्कम घेतली होती. अभयला हे माहीत नव्हते. पुढची काम त्या फोटोवर विसंबून करणार होता. अनिता ची मान त्या फासात कायमची अडकली होती. स्वतःला दोषी मानत मनामध्ये खंत बाळगून अनिता अभयला हवी तशी बायको

होण्याचा प्रयत्न करू लागली. त्याला हेच हवे होते, त्याचा पुरुषी अहंकार खूश झाला. वेगळ्या प्रकारे बायकोला नमवून तो तिच्यावर राज्य करणार होता.